பஞ்சமாபாதகம்

அரேபிய ரோஜா

2 நாவல்களின் தொகுப்பு

| ராஜேஷ்குமார் |

பஞ்சமாபாதகம் – அரேபிய ரோஜா
(இரு நாவல்களின் தொகுப்பு)
ராஜேஷ்குமார்

RK பப்ளிஷிங்,
23, யமுனா தெரு, க்யூரியோ கார்டன் அவென்யூ,
வடவள்ளி, கோயம்புத்தூர் – 641 046

விலை : ₹ 275/-

நூல் வடிவமைப்பு : மு.க.ரவிசந்திரஹாசன்

அட்டைப்பட ஓவியம் : ஷியாம்

அட்டைப்படம் : ராஜரத்தினம்

Panjamapathagam - Arabia Roja
(2 Novel Combo)
Rajeshkumar

@ Copyright Rajeshkumar

Published by: RK Publishing,
23, Yamuna Street, Curio Garden Avenue,
Vadavalli, Coimbatore 641 046.
Phone : 89251 16783
email : rkpublishing41@gmail.com
www.rajeshkumarnovels.com

Price : ₹ 275/-

பஞ்சமாபாதகம்

நமது நாட்டின் கலைப் பொருட்களை நாம் பெரிதும் மதிக்க மாட்டோம். பல புராதனமான கோயில்களில் விலையுயர்ந்த சிலைகள் வெகு சாதாரணமாக மண்மண்டி உங்கள் கண்களுக்கு கிடைக்கலாம்... இல்லை மண்ணில் புதைந்து மறைந்து இருக்கலாம். அவற்றின் மதிப்பு வெளிநாட்டில் வாழும் அல்டரா பணக்காரர்களுக்கு நன்கு தெரியும். அதனால்தான் அந்த பொக்கிஷங்களை எத்தனை விலைக் கொடுத்தும் வாங்க தயாராக இருப்பார்கள். அந்த ஆசை, பேராசையாகி மாறி உருவானதுதான் சிலைத்திருட்டு மற்றும் கடத்தல் சந்தை. இந்தியாவில் அது எப்படி இயங்குகிறது... அவை எப்படி எல்லாம் நடக்கலாம்...? கடலின் ஒரு துளியாய் இதோ 2019ல் சிலைக்கடத்தலை மையமாக கொண்டு நான் எழுதிய கதை... உங்களுக்காக.

• • • • •

அரேபிய ரோஜா

2018 ஆம் ஆண்டு காமதேனு வார இதழில் நான் எழுதிய முதல் தொடர்கதை. சென்னை மற்றும் துபாயில் நடக்கும் கதை. வருங்கால தொழில்நுட்பம் மருத்துவதுறையில் என்ன மாற்றம் கொண்டு வரும் என்று யோசித்ததில் உருவான கரு. அந்த தொழில்நுட்பத்திற்காக நடக்கும் போட்டி, பொறாமை... எப்படி கொடுஞ்செயலாக உருவெடுக்கிறது என்பதை விளக்கி

இந்த அரேபிய ரோஜா உங்களை திகிலடைய செய்யும்.

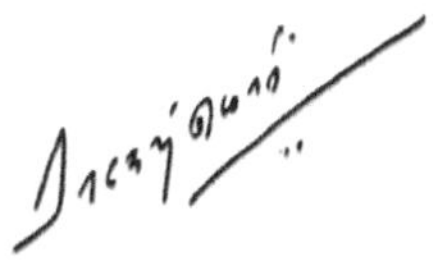

◆ 3 ◆

பஞ்சமாபாதகம்

1

புவனேஸ்வர் நகர், ஒடிசாவின் தலைநகரம்.

பிஜு பட்நாயக் இன்டர்நேஷனல் ஏர்போர்ட் பரபரப்பாய் இயங்கிக் கொண்டிருந்த, காலை பதினோரு மணி.

இனியனும் மான்யாவும் ஃப்ளைட்டை விட்டு இறங்கி லெளஞ்சில் அநியாய விலைக்கு டிஸ்போசபல் அட்டை டம்ளர்களில் காபியை உறிஞ்சிவிட்டு, கன்வேயரில் காத்திருந்து பேக்கேஜ்களை எடுத்துக்கொண்டு ஏர்போர்ட்டை விட்டு வெளியே வந்தபோது அந்த நகரின் வெய்யில் அந்நேரத்துக்கே அனலாய் தகித்தது.

இனியன் பெருமூச்சு விட்டான்.

"என்ன மான்யா... இந்த ஊரும் மற்றொரு சென்னை மாதிரி இருக்கு...?"

"ஆமா... நானும் இந்த வெய்யிலை எதிர்பார்க்கவில்லை. காலையில பதினோரு மணிக்கே இப்படீன்னா மத்தியானம் ஒரு மணி ரெண்டு மணிக்கு மொத்த ஊரும் ஒரு அக்னி குண்டமாய் மாறியிருக்குமே...?"

"இன்னும் ஒரு வாரம் இந்த அடுப்புக்குள்ளே எப்படி இருக்கப் போறோமோ தெரியலை?"

"அதை விடு... உன்னோட ஃப்ரண்ட் பல்லவி நம்மை ரிஸீவ் பண்ண ஏர்போர்ட் வந்திருப்பாளா?"

''வராமே இருப்பாளா... அதோ கையில் ஒரு ப்ளக்கார்டை வெச்சுக்கிட்டு ரிஸீவிங் பாயிண்ட்ல நின்னுட்டிருக்கா.''

''அந்த க்ரீன் கலர் சல்வார் கம்மீஸ் தானே?''

''அவளே தான்...!''

''சுமாராய்த்தான் இருக்கா...''

''உதை விழும்...''

''உண்மையைச் சொன்னா உதையா?''

''மான்யா'' என்று எழுதப்பட்ட அட்டையை உயர்த்திப் பிடித்து இருந்த அந்த பல்லவி ''ஹாய்'' என்று சொல்லிக் கொண்டே அவர்களை நோக்கி வந்தாள். இனியன் மான்யாவின் காதோரமாய் கிசுகிசுத்தான்.

''பக்கத்துல வர வர இன்னும் சுமாராய் இருக்கா.''

''வாயைச் சாத்துடா...''

பல்லவி சிரித்தபடி அவர்களை நெருங்கினாள்.

''வெல்கம் டூ போத் ஆஃப் யூ.''

ஒரு புன்னகையோடு மான்யா பல்லவியின் தோள் மீது கையை வைத்தாள்.

''உனக்கு தொந்தரவு கொடுக்க வந்துட்டோம்.''

''இப்படிப்பட்ட தொந்தரவு எனக்கு ரொம்பப் பிடிக்கும்.''

''பை த பை அவர்தான் இனியனா...?''

''ஆமா...''

''ப்ளீஸ்ட் டு மீட் யூ...''

இனியனும், பல்லவியும் பரஸ்பரம் சிரித்து கை குலுக்கிக் கொண்டார்கள்.

''மிஸ். பல்லவி! நான் ஒரு விஷயம் சொன்னா நீங்க தப்பாய் நினைச்சுக்க மாட்டீங்களே?''

''நோ...நோ...இனியன்...! நீங்க நினைக்கிற விஷயம் எதுவாக இருந்தாலும் தாராளமாய் சொல்லலாம்... ப்ளீஸ்... என்ன சொல்லப் போறீங்க...?''

''உங்களுக்கு பல்லவின்னு பேர் வெச்சதுக்கு ஏதாவது காரணம் இருக்கா...?''

''பெரிசா எந்த காரணமும் கிடையாது. என்னோட அப்பா ஒரு சரித்திர பேராசிரியர். அதனால எனக்கு இப்படி ஒரு பேர். என்னோட பேர் பல்லவி. என்னோட அண்ணன் பேரு ராஜசிம்மன், சிஸ்டர் பேரு குந்தவை. சரி... நீங்க என்னமோ சொல்ல வந்தீங்க... அது என்ன?''

''உங்களுக்கு பல்லவி என்கிற பேர் ரொம்பவும் பொருத்தம். ஏன்னா சிரிக்கும் போது ரொம்பவும் அழகாய் இருக்கீங்க... நெருக்கிக் கட்டின மல்லிகை சரம் மாதிரி பல்வரிசை.''

பல்லவி சிரித்தாள்.

''என்ன இனியன்... மான்யா பக்கத்துல இருக்கும்போதே இப்படி கடலைப் போடறீங்க...?''

''பார்த்தீங்களா... தப்பாய் நினைச்சுட்டீங்க. எனக்கு மனசுல என்ன தோணுதோ அதை அப்படியே கொட்டுறதுதான் என்னோட வழக்கம்.''

''நான் தப்பாய் நினைக்கலையே...''

''அப்படீன்னா, இன்னொண்ணையும் சொல்லிடறேன்.''

''என்ன?''

''உங்க கீழ் உதட்டுக்குக் கீழே கடுகு சைஸ்ல இருக்கிற மச்சம் உங்க முகத்துக்கு ஒரு போனஸ் பாய்ண்ட்.''

மான்யா முறைத்து, ''போதுண்டா...! அந்த ரெண்டு ரோலர் சூட்கேஸ்களையும் ஒழுங்காய் தள்ளிட்டு வா... நாங்க கார் பார்க்கிங்கிற்கு போயிட்டிருக்கோம்... என்றாள்.''

இருவரும் நடந்தார்கள்.

ஏர்போர்ட்டுக்கு வெளியே தெரிந்த புவனேஸ்வர் நகரின் தெருவில் ஒழுங்கான போக்குவரத்து தெரிந்தது.

மான்யா சொன்னாள். ''தப்பாய் நினைச்சுக்காதே பல்லவி. இனியன் கொஞ்சம் ஜோவியல் டைப். பலவருஷம் பழகின மாதிரி பேசுவான்.''

''சேச்சே...! எனக்கு ஆண்களோட ஜாதகம் தெரியும். எவனோடது 'பேட் லுக்' எவனோடது 'குட் லுக்'ன்னு பார்த்த அடுத்த விநாடியே கண்டு பிடிச்சுடுவேன். ஹி ஈஸ் பர்ஃபெக்ட்... சரி நான் ஒண்ணு கேட்பேன். நீ உண்மையைச் சொல்லணும்.''

''என்ன?''

''இனியனை நீ லவ் பண்றியா?''

''நோ...நோ... நானும் இனியனும் 'கூர்மை' பத்திரிகையில் ரிப்போர்ட்டர்ஸ். அவ்வளவுதான். மற்றபடி எங்களுக்குள்ளே காதலும் இல்லை... கத்திரிக்காயும் இல்லை.''

''நீ இனியனை காதல் பண்ணலாம்... ஏன்னா உன்னோட அலைவரிசையில் அவர் இருக்கார்.''

மான்யா சிரித்தாள்.

''என்ன சிரிக்கிறே?''

''நீலிகோணாம்பாளையம் என்கிற பேர்ல கோயமுத்தூர்க்குப் பக்கத்துல ஒரு கிராமம் இருக்கு. அது உனக்குத் தெரியுமா?''

''தெரியாது...''

''அதுதான் இனியனோட மாமனார் ஊரு.''

''மான்யா! நீ என்ன சொல்றே?''

''இனியனுக்கு அங்கேதான் ஒரு பெண்ணைப் பார்த்து முடிவு பண்ணியிருக்கு. வர்ற ஆவணியில் பேரூர் கோயில்ல வெச்சு கல்யாணம், உனக்கும் அழைப்பிதழ் அனுப்புவான்.''

''நான் இதை எதிர்பார்க்கவேயில்லை... உங்களுக்குள்ளே அது இருக்கும்னு நினைச்சுட்டேன்.''

''எங்களுக்குள்ளே எதுவும் கிடையாது. அவனும் நானும் பரஸ்பரம் கலாய்ச்சுக்குவோம். அதைப் பார்த்துட்டு சில பேர் உன்னை மாதிரி நாங்க ரெண்டு பேரும் லவ்வர்ஸ்னு மிஸ்அன்டர்ஸ்டாண்ட் பண்ணிக்கறாங்க...''

''ஸாரி மான்யா.''

''உன்னோட ஸாரியை அப்படி ஓரமாய் தூக்கிப் போடு. நீ எப்படி இருக்கே... அதைச் சொல்லு... இன்னமும் அதே ஐ.டி. கம்பெனிதானா... இல்லை... மாறிட்டியா...?''

''அதே ஐ.டி. கம்பெனிதான். ப்ராஜெக்ட் ஹெட்டா பிரமோஷனாகி ஆறுமாசமாச்சு...!''

''சரி...! உன்னோட மேரேஜ் ப்ரபோஸல் என்னாச்சு?''

''எல்லாத்தையும் புவனேஸ்வர் ஏர்போர்ட்டிலேயே சொல்லியாகணும்ன்னு ஏதாவது சட்டம் இருக்கா என்ன...? மெதுவா சொல்றேன். நீ இங்கே எத்தனை நாள் இருக்கப் போறே?''

''ஒரு வாரம்...''

''பத்து நாள்னு போன்ல சொன்னே?''

''எடிட்டர் ஒரு வாரம் போதும்ன்னு சொல்லிட்டார்.''

"சரி... மான்யா... இப்பவாவது சொல்லு. எதுக்காக இப்ப நீயும் இனியனும் புவனேஸ்வர்க்கு திடீர்ன்னு புறப்பட்டு வந்திருக்கீங்க? இது ஒரு ஆன்மீக நகரம். நீ வேலை செய்யற பத்திரிகையோ 'கூர்மை' என்கிற பேர்ல வர்ற அரசியல் வார இதழ். ரெண்டுக்கும் எந்த ஒரு சம்பந்தமும் இல்லையே."

மான்யா புன்முறுவல் பூத்தபடி பதில் சொல்ல முயன்ற விநாடி பின்னால் வந்து கொண்டிருந்த இனியனின் குரல் கேட்டது.

''சம்பந்தம் இல்லைன்னு நீங்களே நினைச்சுக்கிட்டா எப்படி மிஸ். பல்லவி...? எங்க 'கூர்மை' பத்திரிகையோட ரிப்போர்ட்டர்ஸ் சரியான காரணம் இல்லாமல் எந்த ஊர் மண்ணையும் மிதிக்க மாட்டாங்க...''

ரோலர் சூட்கேஸ்களை தள்ளியபடி வந்து கொண்டிருந்த இனியனைத் திரும்பிப் பார்த்தாள் பல்லவி.

''அப்படியா...? சரி...என்கிட்டயாவது நீங்க ரெண்டு பேரும் இங்கே எதுக்காக வந்திருக்கீங்கன்னு சொல்வீங்களா மாட்டீங்களா?''

''உங்ககிட்டே சொல்லாமே இருக்க முடியுமா மிஸ். பல்லவி...? நானும் மான்யாவும் ஒரு வாரம் இந்த புவனேஸ்வரில் தங்கியிருந்து ஆர்ட்டிகள் ஒண்ணை தயாரிக்கப் போறோம்...''

''என்ன ஆர்ட்டிகள்?''

''அது எதுமாதிரியான ஆர்ட்டிகள்ன்னு இப்போதைக்கு சொல்ல முடியாது. ஆனா ஆர்ட்டிக்கேளோட டைட்டில் இதுதான்.''

''என்ன?''

'திரும்பிப் பார்த்த சிலை.'

◆ ◆ ◆

2

செ**ன்னை.**

மயிலாப்பூர்க்கும் மந்தைவெளிக்கும் இடையே இருந்த அகலமான அந்த சாலையின் ஆரம்பத்திலேயே இருந்தது அந்த ஆறுமாடிக் கட்டிடம். கட்டிடத்தின் முகப்பில் 'ரிலையபிள் ரியல் எஸ்டேட்ஸ்' என்ற பெயர்ப்பலகை பாலீஷ் ஏற்றப்பட்ட உலோக எழுத்துக்களோடு தெரிய, உள்ளே இருந்த ரிசப்ஷன் அறையில் அறைவட்ட மேஜைக்குப் பின்னால் செல்போனில் யாருடனோ சிரித்துப் பேசிக் கொண்டிருந்தாள் கீர்த்தனா. நேரம் மாலை 4.30 மணி.

''மொத்தம் 1200 ஸ்கொயர் ஃபீட்... விலை அஞ்சு லட்சம். சிங்கிள் பேமெண்ட்டாய் இருந்தால் பத்து பர்சன்ட் டிஸ்கவுண்ட். தவணை முறையில் பணம் கட்டக் கூடிய ஸ்கீமும் இருக்கு. நீங்க எதை வேணும்ன்னாலும் செலக்ட் பண்ணலாம்... இப்போதைக்கு லிமிடெட் சைட்ஸ்தான் இருக்கு. கொஞ்சம் எர்லியராய் டிசைட் பண்ணிட்டு வர்றது பெட்டர்.''

''...''

''நோ ப்ராப்ளம். வாங்க... சண்டே சாயந்தரம் நாலு மணி வரைக்கும் ஆபீஸ் இருக்கு...!'' செல்போனில் பேச்சை முடித்துக் கொண்டு கீர்த்தனா நிமிர அவளுடைய பார்வைக்கு அந்த நபர் தென்பட்டார்.

வயது ஐம்பதுக்கு மேல் இருக்கும். ஏதோ ஒரு கிராமத்தில்

இருந்து வந்து இருக்கிறார் என்பது அணிந்து இருந்த உடையிலேயே தெரிந்தது. காதுகளில் பவளக் கடுக்கன். கண்களில் பவர் ஸ்பெக்ஸ்.

''என்ன வேணும் உங்களுக்கு...?'' கீர்த்தனா கேட்டாள்.

''நிலத்தை வாங்கி விற்கிற கம்பெனிதானே இது?''

''ஆமா...''

''இந்த கம்பனியோட முதலாளியை நான் பார்க்கணும்.''

''என்ன விஷயமாய்...?''

''நான் மதுரையில் இருந்து வர்றேன். எனக்கு சொந்த ஊர் மதுரைக்குப் பக்கத்துல திருமங்கலம். அங்கே எனக்கு பத்து ஏக்கர் நிலம் இருக்கு. அதை வித்து பணமாக்கணும்... புரோக்கர்ஸ் மூலமாய் முயற்சி பண்ணிப் பார்த்தேன். அவங்க அடாவடி விலைக்கு கேட்டு என்னை ஏமாத்தப் பார்த்தாங்க. அந்த சமயத்துல தான் இந்த கம்பெனி பற்றின விளம்பரத்தைப் பேப்பர்ல பார்த்தேன். நாலு பேர் கிட்டே விசாரிச்சேன். ரொம்பவும் நம்பிக்கையான கம்பெனின்னு சொன்னதால மதுரையில் இருந்து புறப்பட்டு வந்தேன். இந்த கம்பெனியோட முதலாளி ஓம் நமச்சிவாயம் எந்த ஒரு நிலத்தையும் நியாயமான விலைக்கு வித்து தருவார்ன்னு ஒரு நம்பிக்கை. நான் அவரைப் பார்த்து ஒரு பத்து நிமிஷம் பேச முடியுமாம்மா...?''

''எந்த ஊர்ன்னு சொன்னீங்க?''

''மதுரைக்குப் பக்கத்துல திருமங்கலம்.''

''உங்க பேரு...?''

''திருமலைச்சாமி.''

ரிசப்சனிஷ்ட் கீர்த்தனா தனக்கு முன்பாய் இருந்த இன்டர்காம் போனை எடுத்து பேசிவிட்டு அந்த நபரை ஏறிட்டாள்.

''அந்த லிஃப்ட்ல ஏறி ரெண்டாவது மாடிக்கு போங்க. முதல் ரூம்...''

''எனக்கு லிஃப்ட்டெல்லாம் வேண்டாம்மா... படியேறி போய்த்தான் பழக்கம்.''

''அப்படீன்னா இந்தப் பக்கமா போங்க... படிக்கட்டு வழி வரும்...''

அவர் தலையாட்டிவிட்டு தன் கையில் வைத்து இருந்த மஞ்சள் பையோடு தளர்வாய் நடந்து போனார். அகன்ற மாடிப்படிகள் வந்தது.

கவனமாய் ஏறி இரண்டாவது மாடிக்கு வந்து வராந்தாவில் தென்பட்ட முதல் அறைக்குள் நுழைந்தார்.

சதுரமான கண்ணாடி மேஜைக்குப் பின்னால் க்ரே சபாரியில் சற்றே இறுக்கமாய் நிரம்பி ஐம்பது வயதைத் தொட்டிருந்த ஓம் நமச்சிவாயம் திருமலைச்சாமியை ஒரு சிறிய புன்னகையோடு பார்த்தார்.

''வாங்க... இப்படி வந்து உட்கார்ங்க'' தனக்கு முன்பு காலியாய் இருந்த நாற்காலியைக் காட்டினார் ஓம் நமச்சி வாயம்.

திருமலைச்சாமி கும்பிடு ஒன்றைப் போட்டுவிட்டு தளர்வாய் உட்கார்ந்தார். லேசாய் மூச்சு வாங்கிக் கொண்டு பேச ஆரம்பித்தார்.

''பத்து ஏக்கர் நிலம்...நல்ல விலைக்கு நீங்கதான் வித்துத் தரணும்...!''

ஓம் நமச்சிவாயம் தன்னுடைய நரை மீசைக்குக் கீழே சிரித்தார்.

''என்னை நம்பி வந்துட்டீங்கள்ள...? இனிமே எல்லாத்தையும் நான் பார்த்துக்கிறேன். பத்து ஏக்கரும் விவசாய நிலமா?''

''ஆமா... உள்ளே ரெண்டு ஏக்கருக்கு தென்னந்தோப்பும், ஒரு ஏக்கருக்கு மாந்தோப்பும் இருக்கு!''

''அது போதுமே...பத்து ஏக்கரையும் நல்ல விலைக்கு விக்குடலாமே... நிலம் மெயின் ரோட்டிலிருந்து எவ்வளவு தூரத்துல இருக்கு?''

''ரெண்டு கிலோமீட்டர்.''

''கொஞ்சம் தூரம்தான்... பரவாயில்லை. திருமங்கலம் நல்ல டெவலப்ட் ஏரியா. நல்ல விலைக்குப் போகும். நிலம் சம்பந்தமான பத்திரம் கொண்டு வந்து இருக்கீங்களா?''

''ம்... இருக்கு...'' என்று சொன்ன திருமலைச்சாமி தன் கையோடு கொண்டு போயிருந்த மஞ்சள் பையைப் பிரித்து பழுப்பேறிய பதிவு பத்திரங்களை ஒவ்வொன்றாய் எடுத்து வைத்தார். சில ஓலைச்சுவடிகளையும் எடுத்து கவனமாய் ஒரு கண்ணாடி பாத்திரத்தை கீழே வைப்பது போல் வைத்தார்.

''பத்திரங்கள் எல்லாமே ரொம்பவும் அரதப் பழசாய் இருக்கும் போலிருக்கே?''

திருமலைச்சாமி தன் வெற்றிலைக் காவியேறிய பற்களோடு சிரித்தார்.

''எல்லாமே பாட்டன், மூப்பாட்டன் சொத்து... அதனால தான் இப்படியிருக்கு... ஆனா எதையுமே பூச்சி அரிக்கலை. பத்திரத்துல இருக்கிற வாசகங்கள் எல்லாம் தெளிவாவும்

தீர்க்கமாவும் எழுதப்பட்டிருக்கு.''

''அது போதுமே...!'' என்று சொல்லிச் சிரித்த ஓம் நமச்சி வாயத்தின் முகம் சட்டென்று மாறியது.

முகத்தில் பயத்தின் நிழல் படிந்தது.

திருமலைச்சாமி அந்த மஞ்சள் பைக்குள் கையை விட்டு ஒரு கனமான ரிவால்வரை ஸ்லோமோஷனில் எடுத்து மேஜையின் மேல் வைத்துக் கொண்டு இருந்தார்.

◆ ◆ ◆

3

பல்லவியின் விழிகள் வியப்பில் நிலைத்தது.

‘‘என்ன சொன்னீங்க... ‘திரும்பிப் பார்த்த சிலையா?’’’

இனியன் தலையசைத்தான் ஒரு சின்ன சிரிப்போடு.

‘‘ஆமா.’’

‘‘வித்தியாசமான தலைப்பு! அப்படீன்னா என்ன அர்த்தம்?’’

‘‘உங்களுக்கு என்ன தோணுது மிஸ். பல்லவி?’’

‘‘நீங்க பல்லவின்னே கூப்பிடலாம். அந்த ‘மிஸ்’ வேண்டாம்.’’

‘‘ஓ.கே... உங்களுக்கு என்ன தோணுது சொல்லுங்க...!’’

‘‘ஏதோ...ஒரு மர்ம நாவலோட தலைப்பு மாதிரி தோணுது.’’

‘‘அதுவும் ஒரு மர்ம நாவல் மாதிரிதான்’’ அவன் சிரிக்க மான்யா குறுக்கிட்டாள். ‘‘இனியன்! பல்லவியை ரொம்பவும் குழப்பாதே. விஷயம் என்னன்னு நானே சொல்லிடறேன். பல்லவி! நீ காரை எடு... கார்ல போகும்போது அந்தக் கட்டுரையோட தலைப்புக்குப் பின்னாடி என்ன விஷயம் இருக்குன்னு நான் சொல்றேன். இனியன் ஆர்ட்டிகளை நல்லா எழுதுவான். ஆனா பேசும் போது மட்டும் சொதப்பிடுவான்.’’

லக்கேஜை டிக்கியில் திணித்துவிட்டு இருவரும் பின் இருக்கையில் ஏறி அமர பல்லவி காரை நகர்த்தினாள். ஏர்போர்ட்டிலிருந்து மெதுவாய் வெளிப்பட்ட கார் பிரதான சாலைக்கு வந்ததும் வேகம் பிடித்தது.

''ஊர் சுத்தமாய் இருக்கு...''

''இது டெம்பிள் சிட்டி. ஊரை சுத்தமாய் வெச்சுக்கணும்ங்கிற பொறுப்பு இந்த ஊர் மக்கள் கிட்டே இருக்கு. ஊரைப் பத்தி அப்புறமாய் பேசலாம்... மொதல்ல அது என்ன 'திரும்பிப் பார்த்த சிலை'...? மனசு பூராவும் பரபரன்னு இருக்கு... சொல்லு...!''

''அதைச் சொல்றதுக்கு முன்னாடி நீ ப்ராமிஸ் பண்ணணும்!''

''என்ன ப்ராமிஸ்?'

''நான் இப்ப சொல்லப் போறத நீ வெளியே யார் கிட்டேயும் மூச்சு விடக்கூடாது...''

''என்ன மான்யா பயமுறுத்தறே?''

''அதுல எந்தவிதமான பயமுறுத்தலும் இல்லை. கொஞ்சம் கான்பிடென்ஷியல் மேட்டர்... வெளியே விஷயம் சின்னதா கசிஞ்சாலும் நாங்க உயிரோடு இருக்க முடியாது. நான் விஷயத்தைச் சொல்றேன். நீ கேட்டுட்டு மறந்துடு.''

''சரி...சொல்லு...!''

''நீ தினமும் டி.வி.யில் நியூஸ் கேட்பியா?''

''ம்... காலையில் கேட்பேன்...''

''சரி... நம்ம தமிழ்நாட்டைப் பொறுத்தவரைக்கும் இப்போதைக்கு ஹாட் நியூஸ் எது தெரியுமா?''

''எல்லாமே ஹாட் நியூஸ்தான்.''

''அதுல ஹாட்டஸ்ட் நியூஸ் எது?''

''ரெண்டு பெரிய சினிமா நடிகர்கள் அரசியலுக்கு வர்றதுதானே?''

''அது பழைய கஞ்சியாய் ஆறிப் போன விஷயம். நல்லா யோசனை பண்ணிச் சொல்லு.''

பல்லவி காரை ஒரு சிக்னலில் நிறுத்திவிட்டு மான்யாவிடம் சொன்னாள். 'திரும்பிப் பார்த்த சிலை'ன்னு நீ சொன்னதால விஷயம் கோயில் சிலை திருட்டுப் பற்றியதாய் இருக்கும்ன்னு நினைக்கிறேன்.''

''உனக்கு கற்பூர மூளை. விஷயத்துக்கு வந்துட்டே. சரி... சிலை திருட்டைப் பற்றி நீ என்ன நினைக்கிறே?''

சிக்னலில் பச்சை கிடைக்க காரை நகர்த்திக்கொண்டே பல்லவி சொன்னாள்.

''கடந்த ஆறுமாச காலமாவே கோவில்களை நிர்வாகம் பண்ற இந்து சமய அறநிலைய ஆட்சித் துறையின் அதிகாரிகள் சிலை கடத்துதல், சிலை செய்ததில் மோசடி போன்ற புகார்களால் கைது செய்யப்பட்டு விசாரணைக்கு உட்படுத்தப்பட்டும் வர்றதாய் டி.வி.யில் நியூஸ் வருது.''

''சரி... அதைப் பற்றி நீ என்ன நினைக்கிறே?''

''இதுல நினைக்க என்ன இருக்கு... லஞ்சம், ஊழல் வரிசையில் இப்போ சிலைத் திருட்டு... அவ்வளவுதான்! யார் ஆட்சிக்கு வந்தாலும் சரி, ஒரு நேர்மையான ஆட்சி மக்களுக்கு கிடைக்கிறது இல்லை. முன்னே மாதிரி நல்ல தலைவர்கள் இப்ப இல்லை. அதுதான் பிரச்சினை.''

மான்யா சிரித்தாள்.

''உன்னை மாதிரியே பெரும்பாலான மக்கள் நினைக்கிற காரணத்தால்தான் எந்த ஒரு விபரீதமான குற்றமும் சாதாரண குற்றமாய் தெரியுது. இந்த சிலை திருட்டு சாதாரண விஷயம்

இல்லை. இது ஒரு மெகா வியாபாரம். இதைப் பத்தி நான் சொல்றதைவிட இப்ப என்னோட செல்போனில் இருந்து 'ஆன்' பண்ற ஒரு ஐ.பி.எஸ். ஆபீஸரின் ஆடியோ ஸ்பீச்சைக் கேளு.''

சொன்ன மான்யா தன்னுடைய செல்போனை எடுத்து ஆடியோ ஆப்ஷனுக்குப் போய் 'டச்' ஸ்கிரீனைத் தேய்த்தாள். அடுத்த சில விநாடிகளில் ஒரு கரகரப்பான குரல் காருக்குள் இருந்த காற்றில் கலந்தது.

''கோடிகளில் புரளும் சிலை கடத்தல். கடந்த சில நாட்களுக்கு முன்பு காரைக்குடியில் இருக்கும் ஐஸ்வர்ய பெருமாள் கோயிலில் மறைத்து வைக்கப்பட்டிருந்த ஏழு பழங்கால சிலைகள் கண்டுபிடிக்கப்பட்டாலும், சிலை கடத்தல் இன்னமும் தொடர்ந்து கொண்டுதான் இருக்கிறது. இதற்கான காரணங்களின் அடுக்குகள் பல. காவல், ஆராய்ச்சி, தொல்லியல் துறைகளைச் சேர்ந்த சில அதிகாரிகளுக்குத் தெரியாமல் இந்தக் கடத்தல்கள் நடப்பது இல்லை என்பது நீண்ட நாட்களாக உள்ள குற்றச்சாட்டு. வெளிநாடுகளில் அங்குள்ள காவல்துறை மற்றும் சுங்கத் துறையினரால் கடத்தல் பொருள் என கைப்பற்றப்பட்ட நம் நாட்டுப் பொருள், ஏராளமாக குவித்து வைக்கப்பட்டுள்ளன. அதே போல் தமிழ்நாட்டில் இருந்து கடத்தப்பட்ட அரிய வகை சிலைகள், இந்தியாவின் வடமாநிலங்களில் உள்ள மிகப் பெரிய வியாபாரிகளிடம் விற்கப்பட்டு பின்பு கடத்தப்படுகின்றன.

''மேலும் சில சிலை கடத்தல் கும்பல்கள் அதி நவீன தொழில்நுட்ப உதவியோடு ஆயிரம் கோடி ரூபாய் முதலீட்டில், திட்டமிடப்பட்டு கார்ப்பரேட் கம்பெனி போன்று செயல்படுகின்றன. தமிழ்நாட்டிலிருந்து குறிப்பாக கும்பகோணம், திருச்சி, மதுரை போன்ற கோவில் நகரங்களிலிருந்து கடத்தப்பட்ட கடவுள்

சிலைகள் வட மாநிலங்களில் குறிப்பாக காசி, கயா, புவனேஷ்வர் போன்ற நகரங்களில் உள்ள பெரிய பெரிய நகை வியாபாரிகளுக்கும், தொழில்துறை அதிபர்களுக்கும் விற்கப்படுகின்றன. இந்த உண்மையைக் கண்டுபிடித்ததில் 'தி இந்தியா ப்ரைட் ப்ராஜெக்ட்' (THE INDIA PRIDE PROJECT) என்ற அமைப்புக்கு முக்கிய பங்கு உண்டு.''

ஆடியோ பேச்சு நின்று போக காரை ஓட்டிக் கொண்டிருந்த பல்லவி சற்றே அதிர்ச்சி கலந்த குரலில் கேட்டாள்.

''இந்த சிலை கடத்தல் விஷயத்துக்குள்ளே இப்படியொரு நெட்வொர்க் இருக்கா...?''

''இன்னும் நமக்குத் தெரியாத விஷயங்கள் பல இருக்கு. அதையெல்லாம் கண்டுபிடிக்கத்தான் நானும் இனியனும் வடநாட்டில் இருக்கிற இந்த கோயில் நகரமான புவனேஸ்வருக்கு வந்திருக்கோம்.''

''புவனேஸ்வர் உங்க ரெண்டு பேருக்குமே புதிய ஊர். இங்கே உங்களுக்கு யாரையுமே தெரியாத போது யாரைப் போய்ப் பார்த்து எது மாதிரியான உண்மைகளை உங்களால தெரிஞ்சுக்க முடியும்?''

அதுவரைக்கும் பேசாமல் இருந்த இனியன் இப்போது பேச்சில் குறுக்கிட்டான்.

''பல்லவி! நீங்க சொல்றது சரிதான். இந்த ஊர்ல உங்களைத் தவிர வேறு யாரையும் எங்களுக்குத் தெரியாது. நாங்க இங்கே வர்றது இதுதான் முதல்தடவை. ஆனா நாங்க இந்த ஊரைப் பத்தின எல்லாத் தகவல்களையும் கூகுள்ள போய்ப் பார்த்து சில விபரங்களை சேகரம் பண்ணிட்டு வந்திருக்கோம். அது தவிர சென்னை புலனாய்வுத் துறையில் இருக்கிற என்னோட நண்பர் ஒருத்தர் புவனேஸ்வரில் உள்ள முக்கியமான கோயில்களைப் பற்றியும் அந்தக் கோவில்களை நிர்வாகம் பண்ணுகிற சில நபர்களின்

பெயர்களையும் குறிச்சுக் கொடுத்து இருக்கார். நானும் மான்யாவும் இங்கே இருக்கப் போகிற ஒரு வார காலமும் அந்த நபர்களைக் கண்காணிக்கிறது எங்க வேலை...''

''இனியன்! இது கொஞ்சம் ஆபத்தான வேலையாச்சே?''

''கொஞ்சம் என்ன... நிறையவே ஆபத்தான வேலைதான்...! இருந்தாலும் துணிஞ்சு வந்திருக்கோம், லாட்ஜ்ல போய் ரூம் எடுத்து தங்கினா லாட்ஜ்காரங்களுக்கு நாங்க ப்ரஸ் ரிப்போர்ட்டர்ஸ் என்கிற உண்மையைச் சொல்ல வேண்டியிருக்கும். அதையெல்லாம் தவிர்க்கத்தான் உங்க வீட்ல தங்கிக்க பர்மிஷன் கேட்டோம்.''

பல்லவி இப்போது காரின் வேகத்தை அதிகப்படுத்திக் கொண்டே கேட்டாள்.

''சரி... அந்தக் குறிப்பிட்ட நபர்களை கண்காணிக்கிறது மூலமாய் எதை சாதிக்க முடியும்ன்னு நினைக்கிறீங்க இனியன்?''

''தமிழ்நாட்டுக் கோயில்களில் இருந்து களவாடி இங்கே கொண்டு வந்து பதுக்கி வைக்கப்பட்டு இருக்கும் சிலைகள் பற்றிய விபரங்களை நம்ம தமிழ்நாட்டு புலனாய்வுத் துறைக்குத் தெரியப்படுத்தத்தான்.''

''முடியுமா?''

''இது ஒரு முயற்சிதான்.''

''இனியன்! நீங்க ஒரு விஷயத்தைப் புரிஞ்சுக்கணும். இந்த புவனேஸ்வர் சிட்டி முன்னே மாதிரி கிடையாது. இங்கே இருக்கிற மக்கள் தொகையைக் காட்டிலும் வந்து போகிற மக்கள் தொகைதான் அதிகம். அதிலும் ஃபாரினர்ஸ் அதிகம். இருபது வருஷங்களுக்கு முன்னாடி

இது ஒரு சுத்தமான ஆன்மீக நகரம். இப்போ இந்த ஊர் கலப்படப் பால். போலியான ஆன்மீகத் தலைவர்கள் நிறைய பேர் உருவாயிட்டாங்க. புதிது புதிதாய் மடங்கள், கோயில்கள். எந்தக் கோயிலுக்குப் போறது, யாரை நம்பறதுன்னே தெரியலை. கடந்த அஞ்சு வருஷ காலமாய் இங்கே இருக்கிற எனக்கே இவ்வளவு குழப்பம் இருந்தா ஒரு வாரம் மட்டுமே தங்கப் போகிற உங்களால யார் நல்லவங்க யார் கெட்டவங்கன்னு எப்படி கண்டுபிடிக்க முடியும்?''

மான்யா குரலைத் தாழ்த்தினாள்.

''பல்லவி...! நீ இப்ப சொன்ன விஷயங்களும் எனக்கும் இனியனுக்கும் தெரியும். இருந்தாலும் புலனாய்வுத்துறை நண்பர் கொடுத்து இருக்கிற சில சின்னச் சின்ன 'க்ளூ'க்களை வெச்சுகிட்டுத்தான் இங்கேயிருக்கிற சிலைகளை அதாவது தமிழ்நாட்டு கோயில்களில் இருந்து களவு போன சிலைகளை மீட்கப் போறோம்.''

''ஆல் த பெஸ்ட்'' என்று சொன்ன பல்லவி காரை அந்த சுத்தமான ரவுண்டாணாவில் திருப்பிக் கொண்டே கேட்டாள்.

''கோயில்களில் இருக்கிற எல்லா சிலைகளும் பார்க்க ஒரே மாதிரிதானே இருக்கு? இதுல எதுமாதிரியான சிலைகளுக்குக் கோடிக்கணக்கில் விலை மதிப்பிடறாங்க...?''

''ஐம்பொன் சிலைகள்'' என்றான் இனியன்.

''அது என்ன ஐம்பொன்?''

''சிலைகளில் செம்பு, பித்தளை, காரீயம், வெள்ளி, தங்கம் இந்த அஞ்சு உலோகங்கள் ஒரு குறிப்பிட்ட விகிதத்தில் கலந்திருந்தால் அதுக்குப் பேரு ஐம்பொன் சிலைகள். அதாவது சுத்தமான ஐம்பொன் சிலையில் 85 சதவீதம் செம்பு, மீதி 15 சதவீதம் மற்ற உலோகங்கள் கலந்திருக்கும். ஒருசிலை ஐம்பொன்

சிலையாய் இருந்தால் மட்டுமே அதுக்கு மதிப்பில்லை பல்லவி!''

''அப்புறம்?''

''அந்த ஐம்பொன் சிலைகள் எவ்வளவு பழமை வாய்ந்தது என்கிற விஷயம் முக்கியமானது. அது எந்த காலகட்டத்தைச் சேர்ந்தது என்பது முக்கியம், சேர, சோழ, பாண்டியன், பல்லவ காலகட்டங்கள் என்றால் அவைகளின் விலை உச்சத்தைத் தொடும். நம்ம தமிழ்நாட்டில் உள்ள பஞ்சலோகச் சிலைகள், ஐம்பொன் மற்றும் கலைநயம் மிக்க சிலைகள் கோடிக்கணக்கிலான ரூபாய் மதிப்பில் கறுப்புச் சந்தைகளில் விற்கப்படுகிற அவலம்தான் கொடுமையின் உச்சம்.''

''ரொம்பவும் பழமை வாய்ந்த ஒரு ஐம்பொன் சிலையின் விலை எவ்வளவு இருக்கும்...?''

''ஓர் அடி உயரமுள்ள ஒரு பஞ்சலோக சிலையின் விலை பத்து கோடி ரூபாய். அதில் நடராஜர் சிலைகளுக்கு இரண்டு மடங்கு விலை அதிகம்...''

''எதனால அப்படி?''

''நடராஜர் சிலை ஐம்பொன்னால் உருவாக்கப்பட்டு இருந்தாலும் அது ஐம்பூதங்களால் ஆனது என்கிற நம்பிக்கைதான். அதுவுமில்லாமே நடராஜர் சிவனின் அம்சம். சிவனின் சிலை வீட்டிலோ, அலுவலகத்திலோ இருந்தால் இறையருள் கிடைக்கும் என்கிற நம்பிக்கைதான்.''

பல்லவி பிரமித்தாள்.

''இந்த சிலை கடத்தல் விவகாரத்துல இவ்வளவு விஷயம் இருக்கா...?''

மான்யா குறுக்கிட்டாள்.

''இன்னும் சில விஷயங்களைச் சொன்னா உனக்கு ஆச்சரியத்துல ஹார்ட் அட்டாக்கே வந்துடும். எங்க கைவசம் சில புள்ளி விவரங்கள் இருக்கு. படிச்சுக் காட்டவா...?''

''ம்... படி...படி... ஐ.டி.யே உலகம்ன்னு இருக்கிற எனக்கு இந்த மாதிரி விஷயங்கள் தெரியும் போது த்ரில்லா இருக்கு.''

மான்யா தன்னுடைய செல்போனை உயிர்ப்பித்துக் கொண்டு அதில் பதிவு செய்யப்பட்டு இருந்த சில குறிப்புகளைப் படிக்க ஆரம்பித்தாள்.

''ஐம்பொன் சிலைகளைக் காட்டிலும் கோயிலில் உள்ள சரியாய் பராமரிக்கப்படாத கற்சிலைகள் விலை மதிப்பற்றவை. எனவேதான் உடைந்துபோன சிலைகளும் திருட்டுப்போகின்றன. ஒரு தொல்லியல் சர்வேயின் ஆய்வுப்படி இந்தியாவில் உள்ள பழமையான கோயில்களில் 70 லட்சத்துக்கும் மேற்பட்ட அரிதான சிலைகள் உள்ளன. தமிழ்நாட்டில் உள்ள 30 ஆயிரத்துக்கும் மேற்பட்ட கோவில்களில் கிட்டத்தட்ட நாலு லட்சத்துக்கும் மேற்பட்ட பழமையான சிலைகள் உள்ளன என்று இந்து அறநிலையத்துறை விபரம் கூறியுள்ளது. இதில் கணக்குக்கு வராத சிலைகள் ஆயிரக்கணக்கில் உள்ளன...!''

''எனக்கு மயக்கமே வர்றமாதிரி இருக்கு...!''

''இதுக்கே மயக்கம் வருதுன்னா எப்படி... இந்த சிலைகளை எல்லாம் எப்படி கடத்தறாங்கன்னு கேள்விப்பட்டா உன்னால காரையே ஓட்ட முடியாது. படிக்கட்டுமா...வேண்டாமா?''

''ம்... படி... எல்லா அதிர்ச்சிகளையெல்லாம் தாங்கிக்கிற மனப்பக்குவத்துக்கு நான் வந்துட்டேன்.''

மான்யா தொடர்ந்து அந்தப் பதிவைப் படிக்க ஆரம்பித்தாள்.

''இப்போது இந்த பழமையான அரியவகை சிலைகளை எப்படிக் கடத்துகிறார்கள் என்று பார்ப்போம். தஞ்சை, சிதம்பரம், கும்பகோணம் போன்ற பகுதிகளில் உள்ள சரியாய் பராமரிக்கப்படாத கோயில்களிலிருந்துதான் பெரும்பாலும் சிலைகள் கடத்தப்படுகின்றன. இவ்வாறு கடத்தப்படும் சிலைகள் ஏதோ வீட்டு உபயோகப்பொருட்கள் போல் தனியார் கூரியர் சர்வீஸ் மூலம் சென்னைக்கு கொண்டு செல்லப்படுகிறது. பின்னர் அங்கிருந்து கடல் மார்க்கமாக திருவனந்தபுரம், மும்பை, புவனேஸ்வர் போன்ற இடங்களுக்குக் கொண்டு செல்லப்படுகிறது. பிறகு அங்கே அந்தச் சிலைகளில் சில ரசாயன மாற்றங்கள் செய்யப்பட்டு லண்டன், பிரான்ஸ், ஜெர்மனி, அமெரிக்கா, ஆஸ்திரேலியா போன்ற நாடுகளுக்குக் கடத்திச் செல்லப்படுகிறது. சர்வதேச அளவில் சிலை கடத்தலில் ஆண்டுக்கு 50 ஆயிரம் கோடி ரூபாய்க்கு மேல் பணம் புரள்கிறது.''

''அம்மாடி...!''

''இன்னும் கேளு. இது பற்றி தொல்லியல் துறையில் பல வருடம் பணிபுரிந்து ஓய்வு பெற்ற ஆராய்ச்சியாளர் மகாதேவ் சர்மா ஒரு தொலைக்காட்சிக்குப் பேட்டி கொடுத்த போது ''சிலை கடத்தல் விவகாரத்தில் நமது அலட்சியத்துக்கு முக்கிய காரணம், அந்த அரிய வகை சிலைகளின் அருமையும் பெருமையும் தெரியாததே. தமிழக கோவில்களில் உள்ள உடைந்து போன பழங்கால சிலைகளை விற்றாலே ஒட்டு மொத்த இந்தியாவின் கடனையும் அடைத்துவிடலாம். ஆஸ்திரேலியா, சிங்கப்பூரிலிருந்து தமிழக சிலைகள் மீட்கப்படுகின்றன என்று அன்றாடம் வரும் செய்திகளை நம்மில் எத்தனை பேர் கவனிக்கிறோம்? வெளிநாட்டுக்குக் கடத்தப்பட்ட சிலைகள் தமிழ்நாட்டில் எந்தெந்த கோயில்களில் இருந்து எடுக்கப்பட்டன என்பது குறித்த ஒரு பதிவும்

நம்மிடம் இல்லை. இந்நிலையில் திருடப்பட்ட சிலைகளை எவ்வாறு மீட்பது? உலகம் வியந்து பாராட்டும் கலைநயம் மிக்க கற்சிலைகள் விலை மதிப்புள்ள பொக்கிஷங்கள். கடவுள் நம்பிக்கை இல்லாதவர்கள் இது போன்ற தெய்வாம்சம் பொருந்திய சிலைகளை வர்த்தகப் பொருட்களாக மாற்றுகின்றனர். மத்திய அரசும், மாநில அரசும் இந்த சிலைத் திருட்டு விஷயத்தில் கடுமையான நடவடிக்கைகளை மேற்கொள்ளாவிட்டால் எதிர்காலத்தில் கோயிலில் உள்ள கருவறை மூலவர் சிலைகளைக்கூட கடத்தல் கயவர்கள் களவாடிவிடுவார்கள்'' என்று பேசியிருக்கிறார்.

மான்யா செல்போனில் இருந்த அந்தப் பதிவைப் படித்துக்கொண்டு இருக்கும்போதே பல்லவியின் கார் வேகம் குறைந்து அடர்த்தியான மரங்களோடு காணப்பட்ட அந்தப் பகுதிக்குள் நுழைந்தது.

◆ ◆ ◆

4

சென்னை.

ஓம் நமச்சிவாயம் உள்ளுக்குள் அதிர்ந்து போனாலும் அதை வெளியே காட்டிக் கொள்ளாமல் எதிரில் உட்கார்ந்திருந்த திருமலைச்சாமியிடம் கேட்டார்.

''எதுக்காக இந்தத் துப்பாக்கி?''

''நான் சொன்ன பேச்சை யாராவது கேட்கலைன்னா அதுக்கப்புறம் இது பேசும்...!''

''நீங்க சொல்றது புரியலை.''

''நான் சொல்ற பேச்சை நீங்க கேட்கணும்ன்னு அர்த்தம்.''

''நாம இன்னமும் பேசவே ஆரம்பிக்கலையே. இப்பத்தான் உள்ளே வந்தீங்க. நிலத்தை வித்துக் கொடுக்கணும்ன்னு சொன்னீங்க.''

''எனக்கு ஒரு சதுர அடி நிலம் கூட இந்த பூமியில் சொந்தம் கிடையாது. எதை வித்துக் கொடுப்பீங்க...!''

''அப்படின்னா... இந்த பத்திரம் எல்லாம்...?''

''இது எல்லாமே நான் தயார் பண்ணினது. எந்த வேஷம் போட்டாலும் அது பர்ஃபெக்டாய் இருக்கணும் இல்லையா...?''

''இ... இ... இ... இப்ப உனக்கு என்ன வேணும்...?'' என்று சொல்லிக் கொண்டே ஓம்நமச்சிவாயம் நாற்காலியினின்றும

எழ முயல எதிரே உட்கார்ந்திருந்த நபர் துப்பாக்கியை எடுத்து உயர்த்தினான். அடிக்குரலில் பேசினான்.

''அப்படியே உட்காரணும்... சத்தம் போட்டாலோ என்னைத் தாக்க முயற்சி பண்ணினாலோ இந்த சைலன்ஸர் பிஸ்டலால் சுட்டுத் தள்ளிட்டு போயிட்டிருப்பேன். எனக்கு இந்த போலீஸ், சட்டம், கோர்ட், ஜெயில் இதெல்லாம் பழக்கமான வார்த்தைகள். எதுக்கும் பயப்படமாட்டேன்.''

ஓம் நமச்சிவாயம் சப்த நாடியும் அடங்கிப் போனவராய் தளர்ந்து போய் உட்கார்ந்தார்.

''நீ... நீ... யாரு... உனக்கு என்ன வேணும்?''

''என்னோட பேரு திருமலை., உன்கிட்டே எனக்கு ஒரு வேலை ஆகணும்...''

''என்ன...?''

''திருநின்றஆரில் இருக்கிற பவானியம்மன் கோயிலுக்கு அறங்காவலர் யாரு...?''

ஓம் நமச்சிவாயம் முனகினார்.

''நான் தான்.''

''இன்னும் பத்து நிமிஷத்துல நீயும் நானும் அந்த கோயிலுக்குக் கிளம்பிப் போறோம்.''

''எதுக்கு?''

''நீ இப்ப கேட்ட இந்த கேள்விக்கு அந்தக் கோயிலுக்குப் போனதும் பதில் கிடைக்கும்.''

''எனக்கு இப்பவே பதில் வேணும்.''

''நீ இப்படி பிடிவாதம் பிடிப்பேன்னு எனக்குத் தெரியும். அதனால்தான் நான் வேற ஒரு ஏற்பாட்டையும் பண்ணியிருக் கேன்.''

அவர் என்ன என்பது போல் பார்க்க திருமலை தொடர்ந்தான். ''இப்ப மணி நாலே முக்கால். உங்க பொண்ணு ஹரிணி தன்னோட பையனை ட்யூஷன் க்ளாஸ்ல விடறதுக்காக ஸ்கூட்டியை எடுத்துட்டு இன்னும் கொஞ்சம் நேரத்துல வீட்டை விட்டு வெளியே வருவா. அப்படி அவ வெளியே வர்ற அந்த நேரத்துல அவ முகத்துல ஆசிட் பாட்டில்களை வீச என்னோட ஆட்கள் ரெண்டு பேர் ரோட்டுக்கு எதிரே 'பைக்'குல காத்துட்டு இருக்காங்க...! பார்க்கறீங்களா?''

சொன்னவன் இடது கையில் ரிவால்வரை வைத்துக் கொண்டே வலது கையை மஞ்சள் பைக்குள் விட்டு அந்த அதி நவீன செல்போனை எடுத்தான். 'வாட்ஸ் அப்' ஆப்ஷனுக்கு போய் 'டச்' ஸ்கிரீனை தேய்த்துவிட்டு அந்தப் புகைப்படங்களைக் காட்டினான்.

ஓம் நமச்சிவாயம் பார்த்தார்.

விழிகள் நிலை குத்தியது.

முதல் போட்டோவில் அவர் பங்களா தெரிய, இரண்டாவது போட்டோவில் ரோட்டோரத்தில் இரண்டு பைக்குகள் தெரிய, அவைகளுக்குப் பக்கத்தில் தலைகளில் ஹெல்மெட்டைக் கவிழ்த்துக் கொண்டு இளைஞர்கள் இருவர் நின்றிருந்தார்கள். கைகளில் கோழி முட்டை சைஸில் இரண்டு பாட்டில்கள்.

''உங்க பொண்ணு உங்க பேரனோடு ஸ்கூட்டியில வெளியே வந்ததும் அந்த இரண்டு பேரும் ஃபாலோ பண்ணுவாங்க. ரெண்டு பேரோட செல்போன்களும் 'ஆன்'ல இருக்கும். நீங்க ஏதாவது பிரச்சினை பண்ணி எனக்கு ஏதாவது ஆபத்து வர்றமாதிரி இருந்தா நான் அவங்களுக்கு சிக்னல் கொடுத்துடுவேன். சிக்னல் கிடைச்ச அடுத்த விநாடியே ஒரு ஆசிட் பாட்டில் உங்க பொண்ணோட

முகத்துக்கும் இன்னொரு பாட்டில் உங்க பேரன் முகத்துக்கும் குறிப்பார்த்து பறக்கும். பரவாயில்லையா?''

ஓம் நமச்சிவாயம் பதறினார்.

''வே...வே...வேண்டாம்.''

''அப்படியொரு சம்பவம் நடக்க வேண்டாம்ன்னு நீங்க நினைச்சா இன்னும் ரெண்டு நிமிஷத்துக்குள்ளே இந்த இடத்தை விட்டு கிளம்பி வெளியே போறோம். உங்களோட கார்ல ஏறோம். திருநின்றவூரை நோக்கி பயணப்படறோம்.''

''வ... வா... வா... போலாம்...'' ஓம் நமச்சிவாயம் நாற்காலியை தள்ளிக் கொண்டு அவரே அவசரமாய் எழுந்தார். உடம்பு முழுவதும் பதட்டம்.

அந்த நபர் கையமர்த்தினான்.

''பொறுமை... பொறுமை... உங்களோட இந்த பதட்டம், அவசரம் வெளியே இருக்கிற யாருக்கும் தெரியக்கூடாது. எல்லாமே இயல்பான முறையில் இருக்கணும். உங்களோட பேச்சில், நடவடிக்கைகளில் யாருக்கும் எந்த சந்தேகமும் வரக்கூடாது. இந்த ரூமை விட்டு வெளியே போறதுக்கு முந்தி கீழே இருக்கிற ரிசப்ஷனிஸ்ட்டுக்கு போன் பண்ணி நாம வெளியே போறதுக்கான காரணத்தைச் சொல்லிடுங்க.''

வியர்த்த முகத்தோடு தலையாட்டிய ஓம் நமச்சிவாயம் நடுங்கும் கரத்தால் இன்டர்காம் போனின் ரிஸீவரை எடுத்தார். ஒரு பட்டனை அழுத்திவிட்டுப் பேசினார்.

''கீர்த்தனா''

''சொல்லுங்க ஸார்...''

''நானும் இப்போ நீ மேலே அனுப்பின க்ளையண்ட் திருமலைச்சாமியும் ஒரு பார்ட்டியைப் பார்த்து பேசறதுக்காக

கிளம்பறோம். இன்னிக்கு எனக்கு ஏதாவது முக்கியமான அப்பாயிண்ட்மெண்ட் இருக்கா...?''

''இல்ல ஸார்... நாளைக்குக் காலையில் பத்து மணிக்குத்தான் அந்த மூணாரு பார்ட்டி கூட அப்பாயிண்ட்மெண்ட் இருக்கு.''

''சரி... வெளியே நான் பார்ட்டியைப் பார்த்து பேசிட்டு அப்படியே வீட்டுக்குப் போயிடறேன். ஏதாவது முக்கியமான விஷயமாய் யாராவது போன் பண்ணினா நோட் பண்ணி வை. நாளைக்குப் பேசிடலாம்.''

''எஸ்... ஸார்...''

ஓம் நமச்சிவாயம் இன்டர்காம் ரிஸீவரை அதன் இடத்தில் வைத்துவிட்டு எதிரில் உட்கார்ந்திருந்த திருமலைச்சாமியை வியர்வை ஒழுகிய முகத்தோடு பார்த்தார்.

அவன் புன்னகைத்தான்.

''இதே நிதானத்தையும் பொறுமையையும் திருநின்றவூர் போய்ச் சேர்கிற வரைக்கும் கடைப்பிடிக்கணும். மொதல்ல வர்த்து வழியற முகத்தைத் துடையுங்க. ஒரு டம்ளர் தண்ணி குடிங்க.. கிளம்பலாம்...''

◆ ◆ ◆

5

அடர்த்தியான மரங்களோடு காணப்பட்ட அந்தப் பகுதியைப் பார்த்ததும் இனியன் சொன்னான்.

''இது ஏதோ சென்னையோட அடையாறு போட் க்ளப் ரோடு மாதிரி இருக்கு.''

பல்லவி காரை நிதானமான வேகத்தில் ஓட்டிக் கொண்டே சொன்னாள்.

''இதுதான் புனேஸ்வரின் ஒரு முக்கியமான ரெஸிடென்ஸியல் ப்ளேஸ். இது லிங்கராஜ் அவென்யூ... இங்கேதான் என்னோட வீடு இருக்கு...'' பல்லவி சொல்ல, மான்யா காரின் ஜன்னல் வழியே குனிந்து பார்த்துவிட்டுச் சொன்னாள். ''நல்ல ஏரியாவைத்தான் செலக்ட் பண்ணியிருக்கே... ஆனா ஏரியாவுக்குள்ளே ஆள் நடமாட்டம் இல்லையே?''

''இந்த ஏரியாவில் ஆள் நடமாட்டம் சாயந்திரம் ஆறு மணிக்கு மேல்தான் இருக்கும். ஏன்னா இங்கே இருக்கிறவங்க எல்லாருமே என்னை மாதிரியான ஆபீஸ் கோயர்ஸ். காலையில் ஆபீஸுக்குப் போனா ஈவினிங் தான் எல்லோரும் வருவாங்க...!''

இனியன் குறுக்கிட்டான்.

''அது என்ன லிங்கராஜ் அவென்யூ? அந்த லிங்கராஜ் யாரு... அரசியல் தலைவரா...?''

பல்லவி சிரித்தாள்.

''லிங்கராஜ் எல்லார்க்கும் தலைவர்.''

''புரியலை.''

''லிங்கராஜ் இங்கே இருக்கிற ஃபேமஸ் கோவில் சிவனோட இன்னொரு அம்சம். அவர் பேர்லதான் இந்த அவென்யூ.''

''கேட்கணும்னு நினைச்சேன். இந்த ஊர்ல எந்தெந்த கோயில்கள் ஃபேமஸ்?''

''நிறைய கோயில்கள் இருக்கு. லிங்கராஜா கோயிலைத் தவிர்த்து பிரம்ஹேஸ்வரா டெம்பிள், அனந்த வாசுதேவா டெம்பிள், முக்தேஸ்வர டெம்பிள், ராஜாராணி டெம்பிள், ஸ்ரீராம் மந்திர், இஸ்கான் டெம்பிள்.''

இனியன் பெருமூச்சுவிட்டான்.

''கோயில்களோடு பேர்களைக் கேட்கும்போதே மனசுக்குள்ளே பக்தி தானாய் வருது... ஆனா அநியாயம், அக்கிரமம், சிலை கடத்தல் எல்லாமே இந்த மண்ணிலும் நடந்திருக்கு என்கிற விஷயம் தெரியவந்த போது எங்க ரெண்டு பேருக்கும் பெரிய அதிர்ச்சியாய் இருந்தது.''

கார் இப்போது பிரதான சாலையிலிருந்து விலகி நிழல் மண்டிய தெருவுக்குள் நுழைந்து ஒரு நடுத்தர பங்களாவுக்கு முன்பாய் நின்றது. கேட்டின் முன்பாய் நின்றிருந்த செக்யூரிட்டி காம்பௌண்ட் கேட்டைத் திறந்துவிட கார் மெல்ல மெல்ல குலுங்கி போர்ட்டி கோவுக்குள் போய் ஒரு முயல்குட்டியைப் போல் பதுங்கிக் கொண்டது.

பல்லவி காரின் என்ஜினை நிசப்தமாக்கினாள்.

''நம்ம வீட்டுக்கு வந்தாச்சு.''

''பங்களா பெரிசாயிருக்கு.'' மான்யா இறங்கினாள்.

''இந்த பங்களாவில் நான் மட்டும் இருக்கேன்னு நினைக்காதே மான்யா. வேற ரெண்டு டெனன்ட்ஸும் முதல் மாடி, ரெண்டாவது மாடியில இருக்காங்க. நமக்கு மூணாவது மாடி.''

''அப்படின்னா இது ஒரு அப்பார்ட்மென்ட் மாதிரி?''

''அதேதான்... மூணு டெனன்ட்ஸுக்கும் தனித்தனி வழி.'' கட்டிடத்துக்கு இடது பக்கமாய் இருந்த பேவ்மெண்டில் நடந்து அந்த மெட்டாலிக் கதவு லிஃப்ட்டுக்கு முன்னால் போய் நின்றாள். 3-ம் எண்ணை அழுத்திவிட்டுக் காத்திருந்தாள்.

இனியன் கேட்டான்.

''என்ன வாடகை?''

''இருபதாயிரம் ரூபாய். இந்த புவனேஸ்வர் சிட்டியில் இது ரொம்பவும் சீப் வாடகை. ஒரு பெரிய ஹால், மூணு பெட்ரூம், கம்ஃபர்டபிள் மாடுலர் கிச்சன்.''

பல்லவி சொல்லச் சொல்லவே, லிஃப்ட் வேகமாய் வந்து தரையைத் தொட்டுக் கொண்டு நின்றது. மூன்று பேரும் உள்ளே போய் மூன்றாவது மாடிக்கு உயர்ந்தார்கள்.

மான்யா சொன்னாள்.

''பல்லவி...! இந்த புவனேஸ்வர் சிட்டியில் நீ இருக்கிறது எங்களோட 'குட்லக்'ன்னுதான் சொல்லணும். நீ மட்டும் இல்லாமே இருந்திருந்தா ஹோட்டலில் ரூம் எடுக்க வேண்டியிருந்திருக்கும். அதனால ஒரு சில வேண்டாத பிரச்சினைகளைச் சந்திச்சிருப்போம்.''

''எனக்குப் புரியுது மான்யா... நீ எதையும் சொல்ல வேண்டாம். நீயும் இனியனும் கோயில் சிலைத் திருட்டு என்கிற மாபாதக சட்டவிரோத காரியம் பண்ற கும்பலைக் கண்டுபிடிக்க இங்கு வந்து இருக்கீங்க. நானும் அதுக்கு ஏதாவது ஒருவகையில் உதவி பண்ண வேண்டாமா?

இனிமேல் இது உங்க வீடு. ஒரு வாரம் இல்லை, ஒரு மாசம் கூட தங்கி நீங்க எந்த காரியத்துக்காக வந்தீங்களோ அதை வெற்றிகரமாய் முடிச்சுட்டு போங்க...!''

''எங்களுக்கு ஒரு வாரம் போதும் பல்லவி...! சிலைகள் கடத்தல் சம்பவங்களுக்குப் பின்னாடி இருக்கிற 'பிக்-ஷாட்ஸ்' யார் யார்ன்னு கண்டுபிடிச்சு ஒரு லிஸ்ட் தயார் பண்ணினால் அது எங்களுக்கு ஒரு பெரிய வெற்றியாய் இருக்கும்...''

லிஃப்ட் நின்றது.

மூணு பேரும் வெளிப்பட்டார்கள். பல்லவி வீட்டின் பிரதான கதவைத் திறந்து கொண்டு உள்ளே போக இருவரும் பின்தொடர்ந்தார்கள். பெரிய ஹால் ஒன்று பார்வைக்குக் கிடைத்தது. ஹாலின் நடுவே ரெக்ஸின் துணியைத் தைத்துப் போட்டுக் கொண்டு சோபா செட் தெரிய நேர் எதிரே பெரிய டி.வி. திரை.

பல்லவி மான்யாவைப் பார்த்தபடி சொன்னாள்.

''இதோ... இடது பக்கமாய் இருக்கிறது என்னோட ரூம். அந்த ப்ரிட்ஜுக்குப் பின்னாடி இருக்கிறது உனக்கான ரூம். இனியனுக்கு உனக்குப் பக்கத்துல இருக்கிற ரூம். ஃபரிட்ஜ்ல வேண்டிய அளவுக்கு ஃப்ரூட்ஸும், ஸ்நாக்ஸும் இருக்கு. எடுத்து சாப்பிட்டு ரெஸ்ட் எடுங்க. நான் கம்பெனிக்குப் போய் ஒரு ப்ராஜெக்ட் மீட்டிங்கை அட்டெண்ட் பண்ணிட்டு ரெண்டு மணி நேரத்துக்குள்ளே வந்துடறேன். வந்ததும் பக்கத்துலேயே காரைக்குடி செட்டியாரோட மெஸ் ஒண்ணு இருக்கு. நான்வெஜ் அயிட்டம்ஸ் சூப்பராய் இருக்கும். அங்கே போய் லஞ்சை முடிச்சுக்குவோம்.''

மான்யா ஆச்சரியப்பட்டாள்.

''என்ன பல்லவி...! நேத்துகூட செல்போன்ல என்கிட்ட பேசும்போது கம்பெனிக்கு ரெண்டு நாள் லீவு போடப்

போறேன்னு சொன்னே. இன்னிக்கு ஏர்போர்ட்டிலிருந்து வந்ததும் வராததுமாய் கம்பெனிக்குக் கிளம்பறே. அதுவும் கால்ல வெந்நீர் கொட்டிக்கிட்ட மாதிரி பறக்கிறே?''

பல்லவி சிரித்தாள்.

''அதுதான் ஜ. டி. கம்பெனி... நாங்க எதிர்பார்க்காத ப்ராஜெக்ட் ஒண்ணு உடனடியாய் நடைமுறை செயல்பாட்டுக்கு வந்திருக்கு. ஏர்போர்ட்ல நான் உங்களை ரிஸீவ் பண்ண கிளம்பும்போதே எனக்கு எஸ்.எம்.எஸ். வந்துருச்சு... வீட்ல வந்து சொல்லிக்கலாம்ன்னுதான் நான் மௌனமாய் இருந்துட்டேன், ஸாரி...''

''இதுல ஸாரி சொல்ல என்ன இருக்கு... பல்லவி? நீ கிளம்பு. மொதல்ல உன்னோட ப்ராஜெக்ட் மீட்டிங்கைப் போய் அட்டெண்ட் பண்ணு. ரெண்டு மணிக்குள்ளே வந்துடுவியா...?''

''அதுக்கு முன்னாடியே வந்துடுவேன்'' பல்லவி சொல்லிக்கொண்டே அறையினின்றும் வெளியேறினாள்.

சில விநாடிகள் மௌனமாய் இருந்த மான்யா ஒரு சின்னப் புன்னகையுடன் இனியனை ஏறிட்டாள்.

''இப்படி வீட்டுக்கு வந்ததும் வராததுமாய் பல்லவி கம்பெனிக்கு கிளம்பிடுவான்னு நினைக்கலை...''

''அதனால் என்ன... அவ ட்யூட்டியை அவ பார்க்கிறா... நம்ம ட்யூட்டியை நாம் பார்ப்போம்.''

''பல்லவியோட கார் கிளம்பிப் போயிருச்சான்னு அந்த ஜன்னல் வழியா பாரு!''

''கார் ரோட்டுக்கு போயிடுச்சு.''

''சரி. நீ போய் கதவைச் சாத்திட்டு வா!''

இனியன் கதவைச் சாத்திட்டு வர மான்யா அந்த ஜெய்ண்ட்

சைஸ் சூட்கேஸைத் திறந்தாள். அடுக்கியிருந்த சேலை சுடிதார்களுக்கு நடுவில் படுக்க வைத்து இருந்த அந்தப் பெரிய தெர்மாஸ் ப்ளாஸ்கை எடுத்து அதன் மூடியை மெல்லத் திருகினாள். அது தனியே கழன்று வந்தது.

ப்ளாஸ்க்கின் உள்ளே ஒரு வகையான டிஸ்யூ தாளில் சுற்றி வைக்கப்பட்டிருந்த அந்த ஓர் அடி உயரமுள்ள சிலை பார்வைக்குக் கிடைக்க அதை வெளியே எடுத்தாள்.

அதே விநாடி -

இனியனின் செல்போன் விழித்துக் கொண்டு ரிங்டோனை வெளியிட்டது.

செல்போனை எடுத்து அழைத்தது யார் என்று பார்த்துவிட்டு மான்யாவை ஏறிட்டாள்.

"எடிட்டர் கூப்பிடறார்."

"பேசு..."

இனியன் எண்ணைத் தேய்த்துவிட்டு காதுக்கு ஒற்றினான். மெதுவான குரலில் பேசினான்.

"ஸார். நான் இனியன்."

"என்ன புவனேஸ்வர்க்கு போய் சேர்ந்துட்டீங்களா?"

"சேர்ந்துட்டோம் ஸார். இப்ப பல்லவி வீட்லதான் நானும் மான்யாவும் இருக்கோம்."

"பல்லவி பக்கத்துல இல்லையே?'

"இல்ல...ஸார்... நாங்க ஏர்போர்ட்டிலிருந்து வீட்டுக்கு வந்ததுமே பல்லவி கம்பெனியில் வேலை இருக்குன்னு கிளம்பிப் போயிட்டா."

"ஜாக்கிரதை இனியன்! நீயும் மான்யாவும் அங்கே எதுக்காக வந்தீங்கன்னு பல்லவி கண்டுபிடிக்கக் கூடாது."

''கண்டுபிடிக்க முடியாது ஸார்... அவளைப் பொறுத்தவரைக்கும் நாங்க ரெண்டு பேரும் ஜர்னலிஸ்ட்ஸ். சிலைக் கடத்தலுக்குக் காரணமான நபர்களைக் கண்டுபிடிச்சு அது பற்றி 'திரும்பிப் பார்த்த சிலை' என்கிற தலைப்பில் கட்டுரை எழுதப்போறோம். அவ்வளவுதான்...''

''சரி...! ஏர்போர்ட்ல எந்த ஒரு பிரச்சினையும் இல்லையே, 'செக்-இன்'ல யாருக்கும் எந்த சந்தேகமும் வரலையே?''

''எப்படி ஸார் சந்தேகம் வரும்...? நாம சிலையைக் கடத்த உபயோகப்படுத்திய தெர்மாஸ் ப்ளாஸ்க் சாதாரண ப்ளாஸ்க் இல்லையே. ஸ்கேனிங் ஜாமரைப் பொருத்தி விசேஷமாய் தயாரிக்கப்பட்ட ப்ளாஸ்க் அது. அந்த ப்ளாஸ்க்கே ஸ்கேனிங் ஸ்க்ரீனில் தெரியாத போது பிளாஸ்க்குக்கு உள்ளே இருக்கிற ஒரு அடி ஐஸ்வர்யப் பெருமாள் சிலை எப்படித் தெரியும்? எத்தனை தடவை ட்ரையல் பார்த்து இருப்போம்...?''

''அது எனக்குப் புரியுது இனியன். இருந்தாலும் மனசுக்குள்ளே ஒரு பயம் நொண்டியடிச்சுகிட்டே இருந்தது!''

''ஸார். நானும் மான்யாவும் வெற்றிகரமாய் புவனேஸ்வர் வந்து சேர்ந்துட்டோம். இனி அடுத்தபடியாய் நடக்கப் போகிற எல்லா சம்பவங்களும் வெற்றிகரமாய்தான் அமையும்.''

''சரி... சுபாஷ் கபூரைப் பார்க்க எத்தனை மணிக்கு கிளம்பிப் போறீங்க?''

''இன்னிக்கு சாயந்தரம் அஞ்சு மணிக்கு.''

''பேரத்தை நல்லபடியா முடிக்கணும்.''

''முடியும் ஸார்.''

''பத்துகோடிக்குக் குறையக்கூடாது.''

''குறையாது ஸார்.''

''முக்கியமாய் ஒரு விஷயம் இனியன்.''

''என்ன ஸார்?''

''சுபாஷ் கபூர் சாதாரண நபர் கிடையாது. பேரம் பேசும் போதும் சரி, பணத்தை ஆக்லேண்டில் இருக்கிற என்னோட அப்ராட் அக்கெளண்ட்டுக்கு ட்ரான்ஸ்பர் பண்ணும் போதும் சரி நீயும் மான்யாவும் அலர்ட்டாய் இருக்கணும்...''

இனியன் சிரித்தான்.

''ஸார்... இதையெல்லாம் நீங்க சொல்ல வேண்டியதே இல்லை... நாங்க எல்லாத்தையும் பார்த்துக்குறோம்.''

''மான்யா என்ன பண்றா?''

''இப்பத்தான் ஜெய்ண்ட் சைஸ் ஜாமர் ப்ளாஸ்கில் இருந்து ஐஸ்வர்யப் பெருமாள் சிலையை எடுத்து மேலே பூசப்பட்டு இருந்த ரசாயனப் பூச்சை சுத்தம் பண்ணிட்டிருக்கா.''

''நான் அப்புறமாய் மான்யா கிட்டே பேசறேன். என்னோட இன்னொரு செல்போனுக்கு ஓவர்சீஸ் கால் ஒண்ணு வருது. அது யார்ன்னு பார்த்து பேசிட்டு மறுபடியும் லைனுக்கு வர்றேன்.''

''சரி ஸார்'' என்று சொல்லி செல்போனை அணைத்த இனியன் மான்யாவை ஒரு சின்ன சிரிப்போடு பார்த்தான்.

''என்ன... எடிட்டர் இப்படி பயப்படறார்? பேருதான் வீரராகவன். பேசும் போது குரல்ல பயம்... நடுக்கம்...''

மான்யா தன் கையில் வைத்து இருந்த ஐஸ்வர்யப் பெருமாள் சிலையை மிருதுவான பஞ்சால் துடைத்துக் கொண்டே இனியனை ஏறிட்டாள்.

''பின்னே பயம் இருக்காதா...? பத்து கோடி ரூபாய் பிசினஸ். முதல் தடவையாய் ஜாமர் ஸ்கேனிங் ப்ளாஸ்கை பயன்படுத்தி சென்னையில் இருந்து புவனேஸ்வர்க்கு ஃப்ளைட்ல பறக்கிறோம். ஏர்போர்ட் ஸ்கேனிங் க்ரூப்ல எந்த ஒரு அதிமேதாவியாவது இருந்து இந்த ப்ளாஸ்கை ஸ்மெல் பண்ணியிருந்தான்னா நிலைமை என்னவாகியிருக்குமென்று கொஞ்சம் யோசனை பண்ணிப் பாரு... எடிட்டர் வீரராகவனோட சர்வதேச ஒட்டு மொத்த நெட்வொர்க்கும் மீடியாக்களுக்கும் போய் வெட்ட வெளிச்சமாகியிருக்கும். நீயும் நானும் போலீஸ் லாக்கப்புக்குள்ளே மண்டி போட்டு...''

''சொல்லாதே மான்யா... அப்படியொரு நிலைமை என்னிக்குமே வராது...!''

''எனக்கும் அந்த நம்பிக்கை இருக்கு. இருந்தாலும் ஒரு சின்ன சறுக்கல் கூட இல்லாமல் இந்த ஐஸ்வர்யப் பெருமாள் சிலையை சுபாஷ் கபூர்கிட்டே கொண்டு போய் சேர்த்து பத்து கோடி ரூபாய்க்கு பேரம் பேசி முடிக்கணும்... நீ இப்போ சுபாஷ் கபூருக்குப் போன் போட்டு நாம் அவரைச் சந்திக்கப் போகிற சரியான நேரத்தை ஃபிக்ஸ் பண்ணு.''

இனியன் தலையசைத்துவிட்டு செல்போனில் சுபாஷ் கபூரின் எண்ணைத் தேடினான்.

◆ ◆ ◆

6

செ**ன்னை.**

காரை ஓம் நமச்சிவாயம் ஓட்டிக் கொண்டிருக்க பின்சீட்டில் திருமலைச்சாமி சாய்ந்து உட்கார்ந்திருந்தான்.

வலது கையில் ரிவால்வர். இடது கையில் இருந்த செல்போன் காதோடு உரச, மறுமுனையில் யாருடனோ பேசிக் கொண்டிருந்தான்.

''ஒண்ணும் பிரச்சினையில்லை பாய்.. ஓம் நமச்சிவாயம் நிலைமையைப் புரிஞ்சுகிட்டார். அவர்தான் காரை ட்ரைவ் பண்றார். ரெண்டு பேரும் இப்போ திருநின்றவூரில் இருக்குற பவானியம்மன் கோயிலை நோக்கிப் போய்க்கிட்டிருக் கோம். எப்படியும் ஒரு மணி நேரத்துக்குள்ளே போய்ச் சேர்ந்துடுவோம்.''

''..............''

''வேண்டாம்... பாய்! வேலையை முடிச்சுட்டு நானே நம்ம ஸ்பாட்டுக்கு வந்துடறேன். என்னைப் பத்தின கவலை ஒரு பர்சன்ட் கூட உனக்கு வேண்டாம். வாய்ஸ் பிரேக் ஆகுது. போனை கட் பண்றேன்.''

திருமலைச்சாமி செல்போனை அணைத்துவிட்டு காரை ஓட்டிக் கொண்டிருந்த ஓம் நமச்சிவாயத்தின் தோளைத் தொட்டான்.

''இவ்வளவு மெதுவாய்ப் போனா எப்படி... கொஞ்சம் வேகமாய் போங்க...!''

வேண்டா வெறுப்போடு காரின் வேகத்தை அதிகரித்தார் ஓம் நமச்சிவாயம். அறுபதில் கார் பறந்தது.

சரியாய் ஒரு மணி நேரம்.

திருநின்றவூர் குறுகிய ரோடுகளோடு நெரிசலாய் வந்தது. அந்த நெரிசலினின்றும் விலகி ஊரை விட்டு விலகிய மண்பாதையில் கார் குதித்துக் குதித்து ஓட, பாதையின் இரண்டு பக்கமும் அடர்த்தியான வேப்ப மரங்கள் வரிசையாய் வந்தன. திருமலைச்சாமி கேட்டான்.

''பவானியம்மன் கோயில் இங்கிருந்து எவ்வளவு தூரம்?''

''ரெண்டு கிலோ மீட்டர்.''

''கோயில்ல பூசாரி இருப்பாரா?''

''ம்... இருப்பார்.''

''கோயில் பூசாரிக்கு என் பேர்ல எந்த சந்தேகமும் வராதபடி உங்களோட நடவடிக்கைகள் இருக்கணும்.''

''நீ அதைச் சொல்ல வேண்டியது இல்லை. எனக்குத் தெரியும்.''

அவன் சிரித்தான்.

''உங்களுக்குப் புரிஞ்சா சரி.''

கார் மேலும் ஐந்து நிமிடம் பயணித்த பின் அந்த புராதனக் கோயிலுக்கு முன்பாய் போய் நின்றது.

திருமலைச்சாமி ரிவால்வரை இடுப்பில் பதுக்கி வைத்துக் கொண்டு காரினின்றும் வெளிப்பட, ஓம் நமச்சிவாயமும் முன் இருக்கையினின்றும் இறங்கினார்.

பூசாரி நாகப்பன் கோயிலுக்குள் இருந்து வேக நடையோடு கைகளைக் குவித்துக் கொண்டு வந்தார்.

''அய்யா வர்றதாய் தகவல் கூட வரலையே?''

ஓம் நமச்சிவாயம் ஒரு கட்டாயப் புன்னகைப் பூத்தார்.

''அது... அது...வந்து... நாகப்பா... இந்தப் பக்கம் ஒரு நிலம் வாங்கறது சம்பந்தமாய் ஒருத்தரைப் பார்க்க வந்தேன். அப்படியே நம்ம கோயிலுக்கும் வந்து தரிசனம் பண்ணிட்டு போலாம்ன்னு காரைத் திருப்பிட்டேன். இவரும் நமக்கு வேண்டியவர். கோயிலுக்கு இப்பத்தான் வர்றார். அர்ச்சனைக்கு ஏற்பாடு பண்ணு.''

''பண்ணிடுவோம் அய்யா...''

பூசாரி தன் இடுப்பு மஞ்சள் வேட்டியை இறுக்கிக் கட்டிக் கொண்டு உள்ளே போனார். ஓம் நமச்சிவாயமும், திருமலைச்சாமியும் பின் தொடர்ந்தார்கள்.

திருமலைச்சாமி தாழ்ந்த குரலில் கேட்டான்.

''கோயில் ரொம்பவும் அரதப் பழசாய் இருக்கு. கட்டி எவ்வளவு வருஷம் இருக்கும்?''

''இருநூறு வருஷம்.''

''கும்பாபிஷேகம் நடந்து எவ்வளவு வருஷமாச்சு?''

''பத்து வருஷம்.''

இருவரும் கருவறைக்குள் குனிந்து போனார்கள். தூண்டா விளக்கு வெளிச்சத்தில் பவானியம்மன் சிவப்புச் சேலையில், சிவப்பு மூக்குத்தியோடு ஜொலித்தாள். கழுத்தில் புதிதாய் போடப்பட்ட ரோஜாமாலை.

''அம்பாள் அம்சமாய் இருக்கா...!'' திருமலைச்சாமி சொல்லிக் கொண்டிருக்கும்போதே பூசாரி நாகப்பன் உதிரிப் பூக்கள் நிரம்பிய தட்டோடு அவனுக்கு முன்பாய் வந்து

நின்றார்.

"பேரும் நட்சத்திரமும் சொல்லுங்க."

"திருமலைச்சாமி. ஜென்ம நட்சத்திரம்."

பூசாரி நாகப்பன் மந்திர உச்சாடனத்தோடு உள்ளே போக ஓம் நமச்சிவாயம் தாழ்ந்த குரலில் கேட்டார்.

"கோயிலுக்கு உள்ளே வந்துட்டோம். இப்பவாவது சொல்லு, உனக்கு என்ன வேணும்?"

"இந்தக் கோயிலோட உக்கிராண அறை எங்கே இருக்கு...?"

"கருவறைக்குப் பின்னாடி!"

"அர்ச்சனையும் பூஜையும் முடித்த பின்னாடி நீங்களும் நானும் அந்த உக்கிராண அறைக்குத்தான் போறோம்."

"எதுக்கு?"

"அங்கே போனதும் சொல்றேன்."

பூசாரி நாகப்பன் அம்பாளுக்கு முன்பாய் நின்றபடி பூக்களைத் தூவிக்கொண்டே "ஓம் மங்களாயை நமஹ, ஓம் அம்பிகாயை நமஹ, ஓம் ஈஸ்வராயை நமஹ, ஓம் கமலவாஸின்யை நமஹ" என்று உரத்த குரலில் அர்ச்சித்துக் கொண்டிருந்தார்.

◆ ◆ ◆

7

பூவனேஸ்வர்.

பல்லவி சரியாய் இரண்டு மணிக்கெல்லாம் தான் வேலை பார்க்கும் கம்பெனியில் வேலையை முடித்துக் கொண்டு வீட்டுக்குத் திரும்பிவிட்டாள். மான்யாவையும், இனியனையும் பக்கத்தில் இருந்த ஒரு செட்டிநாடு மெஸ்ஸுக்குப் பகல் உணவுக்குக் கூட்டிப் போனாள்.

தமிழ்நாட்டில் இருக்கும் ஒரு கிராமத்து ஹோட்டலுக்குள் நுழைந்தாற் போன்ற உணர்வு.

பாதி ஹோட்டல் நிரம்பியிருந்தது. பெரும்பாலும் தமிழ் முகங்கள். மூன்று பேரும் மூலையோர மேஜையை ஆக்ரமித்தார்கள்.

பல்லவி சொன்னாள்.

''இங்கே நான்வெஜ் அயிட்டம் சூப்பராய் இருக்கும். முக்கியமாய் ஃபிஷ் வெரைட்டிஸ். என்ன சாப்பிடறீங்க?''

மான்யா புன்னகைத்தாள்.

''நீ என்ன ஆர்டர் பண்ணினாலும் சரி. நான் சாப்பிட ரெடி!''

''இனியன்... நீங்க...?''

''மான்யா சாப்பிடறதெல்லாம் எனக்கும் பிடிக்கும்.''

ஹோட்டலின் பக்கவாட்டில் இருந்த சமையலறையிலிருந்து

ஒரு நடுத்தர வயது நபர் வெளிப்பட்டு பல்லவியை நெருங்கினார்.

''என்னம்மா பல்லவி... ஊர்லயிருந்து தெரிஞ்சவங்க வந்திருக்காங்க போலிருக்கு?''

''ஆமா அங்கிள். என்னோட ஃப்ரண்ட்ஸ். சென்னையிலிருந்து வந்திருக்காங்க. இன்னும் ஒரு வாரம் என்னோட தங்கியிருக்கப் போறாங்க. அவங்க கிளம்பிப் போகிற வரைக்கும் மத்தியானமும் ராத்திரியும் சாப்பாடு இங்கே தான்.''

''தாராளமாய் வந்து சாப்பிடட்டும்மா...! ஆர்டர் சொல்லும்மா... நானே டேபிளுக்குக் கொண்டு வர்றேன்.''

''மொதல்ல ஃபிஷ்ல ஸ்டார்ட்டர் அயிட்டம்ஸ் கொண்டுவாங்க அங்கிள்...! அதுக்கப்புறம் சூடாய் சிக்கன் பிரியாணி. மான்யா! இவர்தான் ஹோட்டல் ஓனர்.''

பல்லவி சொல்லிக் கொண்டிருக்கும் போதே இனியனின் செல்போன ரிங்டோனை வெளியிட்டது.

எடுத்து அழைப்பது யார் என்று பார்த்தான். ஸ்கிரீனில் சுபாஷ் கபூரின் பெயர் விட்டு விட்டு ஒளிர்ந்தது.

இனியன் எந்தவிதமான பதட்டத்தையும் காட்டிக் கொள்ளாமல் மான்யாவை ஏறிட்டான்.

''என் ஃப்ரண்ட் ஒருத்தன் கூப்பிடறான். நான் வெளியே போய் பேசிட்டு வந்துடறேன்.''

''இனியன்! கொஞ்ச நேரத்துல ஸ்டார்டர்ஸ் வந்துடும். உங்க ஃப்ரண்ட் யாராய் இருந்தாலும் சரி, சீக்கிரம் பேசிட்டு வந்துடுங்க...''

''ரெண்டு நிமிஷத்துல வந்துடறேன்!'' சொன்ன இனியன்

ஹோட்டலைவிட்டு வெளியே வந்து சுற்றும் முற்றும் பார்த்து யாரும் இல்லாத இடமாய்த் தேர்ந்து எடுத்துக் கொண்டு பேச ஆரம்பித்தான்.

''சுபாஷ் கபூர்! நான் இனியன்.''

மறுமுனையில் சுபாஷ் கபூர் நல்ல தமிழில் பேசினான்.

''இனியன்...! நீ கொஞ்ச நேரத்துக்கு முன்னாடி போன் பண்ணியிருந்த போது நான் வேற ஒரு பிஸினஸ் டீலிங்கில் இருந்தேன். அதுதான் பேசமுடியலை. இப்ப நாம பேசலாமா?''

''பேச முடியாது கபூர்... நானும் மான்யாவும் அவ ஃப்ரண்ட் பல்லவியோடு லஞ்ச் சாப்பிடறதுக்காக இங்கே ஒரு ரெஸ்டாரெண்டுக்கு வந்துருக்கோம்... சாப்பிட்டு முடிக்க எப்படியும் ஒரு மணி நேரமாயிடும்...''

''சரி... நீயும் மான்யாவும் என்னை எப்ப வந்து மீட் பண்றீங்க?''

''இன்னிக்கு சாயந்தரம் அஞ்சு மணிக்கு வரட்டுமா.''

''சரியா அஞ்சுமணிக்கு வரணும். ஏன்னா ஆறு மணிக்கு வேற ஒரு பார்ட்டி வர்றான்.''

''நாங்க அஞ்சு மணிக்கு அங்கே இருப்போம்.''

''எனக்கு இன்னமும் ஆச்சரியமாய் இருக்கு.''

''எது?''

''ஸ்கேனிங் ஜாமரை யூஸ் பண்ணி ஐஸ்வர்யப் பெருமாளை புவனேஸ்வருக்குக் கொண்டு வந்தது. அந்த டெக்னாலஜி என்ன?''

''எல்லாத்தையும் நேர்ல வந்து சொல்றேன் சுபாஷ்.

ஆனா...!''

''என்ன சொல்லு...!''

''எடிட்டர் பேசின ரேட்டுக்கு நீ ஒத்துக்கணும்...உன்னோட இடத்துக்கு வந்த பின்னாடி பேரம் பேசக்கூடாது.''

''நோ...நோ... இந்த சுபாஷ் கபூர் ஒரு வார்த்தை பேசி ட்டா அதுக்கப்புறம் பேச்சு மாற மாட்டான். அவர் பத்து 'சி' சொன்னார். நானும் ஓகே சொல்லிட்டேன். ஐஸ்வர்யப் பெருமாள் என்னோட கைக்கு வந்ததும் அடுத்த நிமிஷம் உன்னோட எடிட்டருக்கு அது பத்து கோடி பணமாய் மாறும்.''

''ரொம்பவும் ரிஸ்க் எடுத்து பெருமாளைக் கொண்டு வந்து இருக்கோம்.''

''அது எனக்குத் தெரிஞ்சதனாலதான் பத்து சி. ரெண்டு பேரும் அஞ்சு மணிக்கெல்லாம் வந்துடுங்க... இடம் தெரியுமில்ல...?''

''தெரியும்... லோகமான்யா அவென்யூவில் ஏழாவது தெரு. டோர் நெம்பர் பதினாறு.''

''அதேதான். வீடு சாதாரணமாய்த்தான் இருக்கும். பெரிய பங்களா டைப்ல வீடு இருக்கும்ன்னு கற்பனை பண்ணிக்க வேண்டாம்.''

''எடிட்டர் சொல்லியிருக்கார்.''

''வாங்க... வெயிட் பண்றேன்'' மறுமுனையில் சுபாஷ் கபூர் செல்போனை அணைத்துவிட இனியனும் தன் செல்போனை இருட்டாக்கினான்.

பின்னால் ஏதோ சத்தம் கேட்டது.

திடுக்கிட்டுப் போனவனாய்த் திரும்பிப் பார்த்தான்.

மான்யா வேக வேகமாய் வந்து கொண்டிருந்தாள். குரலில்

ஆர்வம் சிதறக் கேட்டாள்.

"போன்ல யாரு?"

"சுபாஷ் கபூர்."

"என்ன சொல்றான்?"

"சாயந்தரம் அஞ்சுமணிக்கு வரச் சொல்றான்."

"சரி... இனிமே பல்லவி நம்ம கூட இருக்கும்போது உனக்கு போன் வந்தா அதை அட்டெண்ட் பண்ணாதே. யார்னு பார்த்துட்டு மியூட் பண்ணிடு."

"ஏன்?"

"பல்லவியை சாதாரணமாய் நினைச்சுடாதே! அவளுக்கு சின்னதாய் ஒரு சந்தேகம் வந்தாலே போதும். பார்த்தும் பார்க்காத மாதிரியே இருந்து நாம எதுக்காக இங்கே வந்தோம் என்கிற உண்மையைக் கண்டுபிடிச்சுடுவா..."

"பார்த்தா அப்படியெல்லாம் தெரியலை."

"யாரையும் அண்டர்எஸ்டிமேட் பண்ணாதே!"

"சரி... நீ அப்போ எதுக்காக வெளியே வந்தே?"

"போன் யார்கிட்டயிருந்து வந்ததுன்னு தெரிஞ்சுக்கத்தான்."

"இப்ப அந்தப் பல்லவி சந்தேகப்பட மாட்டாளா?"

"நான் ரெஸ்ட் ரூம் போறதாய் சொல்லிட்டு வந்தேன். இனி யார் போன் பண்ணினாலும் அட்டெண்ட் பண்ணாதே!"

"என் போனை ஸ்விட்ச் ஆஃப் பண்றேன்."

"அது உத்தமம்."

இருவரும் உள்ளே போனார்கள். மேஜையின் மேல் ஃபிஷ் ஸ்டார்ட்டர் அயிட்டங்கள் பீங்கான் தட்டுகளில் நிரம்பியிருக்க

பல்லவி அவர்களைப் பார்த்ததும் உள்ளங்கைகளைத் தேய்த்துக்கொண்டே சொன்னாள்.

''சீக்கிரம் வாங்க... பசி உயிர்போகுது!''

இனியனும் மான்யாவும் உட்கார்ந்தார்கள். காற்றில் மீன் வறுவலின் மணம்.

ஃப்ரை செய்யப்பட்ட ஒரு சில்லி ஃபிஷ்ஷை எடுத்துக் கடித்து மென்று ஒரு வாய் விழுங்கிவிட்டு பல்லவி கேட்டாள்.

''இன்னிக்கு உங்க ரெண்டு பேரோட ப்ரோக்ராம் என்ன... வெளியே எங்கேயாவது போறீங்களா... இல்லை... ரெஸ்ட்டா?''

மான்யா சிரித்தாள்.

''இங்கே ரெஸ்ட் எடுக்கவா வந்தோம்?''

''பின்னே எங்கே போறதாய் ப்ரோக்ராம்?''

''மொதல்ல ஊரைச் சுத்திப் பார்க்க எண்ணம்.''

''அதுக்குப் பதிலாய் நான் சொல்ற ஒரு இடத்துக்குப் போங்க.''

''சொல்லு.''

''நேஷனல் ஆர்ட் காலரி.''

''அங்கே என்ன இருக்கு?''

''நீங்க ரெண்டு பேரும் இங்கே வந்ததே சிலை கடத்தல் பற்றி ஒரு கட்டுரை எழுதத்தானே...?''

''ஆமா...''

''அந்த ஆர்ட் காலரிக்கு போங்க... ஆயிரம் வருஷ கால சிற்பங்களைப் பார்வையிடலாம். அந்த ஆர்ட் காலரியின் அட்மினிஸ்ட்ரேட்டிவ் ஆபீசராய் இருப்பவர் அஸ்வத்தாமா.

அடிக்கடி நான் ஆர்ட் காலரிக்குப் போறதால அவர் எனக்கு நல்ல பழக்கம். நீங்க அவரைத் தனிப்பட்ட முறையில் சந்தித்து பேட்டியும் எடுக்கலாம். உங்க ரெண்டு பேருக்கும் விருப்பம் இருந்தா சொல்லுங்க, நான் அவருக்கு போன் பண்ணி சொல்லிடறேன்.''

மான்யா மறுத்தாள்.

''வேண்டாம்... பல்லவி! நாங்க ரெண்டு பேரும் ப்ரஸ் ரிப்போர்ட்டர்ஸ் என்கிற விஷயம் உன்னைத் தவிர வேற யாருக்கும் இங்கே தெரிய வேண்டாம். நாங்க இங்கே வந்ததே ஒரு ரகசிய ரிப்போர்ட்டைத் தயார் பண்ணத்தான். தேவைப்பட்டா அஸ்வத்தாமாவைப் பார்க்கலாம்.''

''இட்ஸ் ஓ.கே. நீ சொல்றதும் ஒரு வகையில் சரிதான் மான்யா. உனக்கும் இனியனுக்கும் உதவி ஏதாவது தேவைப்பட்டா அஸ்வத்தாமா செய்வார்...!''

''தேங்க்ஸ் பல்லவி.''

சொன்ன மான்யா, தனக்கு முன்பாய் இருந்த ஸ்டார்ட்டர்களில் இருந்து ஒரு இறால் துண்டை எடுத்து வாயில் போட்டுக் கொண்டு ''வாவ்... சூப்பர் டேஸ்ட்.'' என்றாள்.

◆ ◆ ◆

8

சென்னை.

அர்ச்சனையை முடித்து பிரசாதம் வாங்கிக் கொண்ட ஓம் நமச்சிவாயமும், திருமலைச்சாமியும் கோயிலின் கருவறைக்குப் பின்னால் இருந்த உக்கிரான அறைக்குள் நுழைந்தார்கள்.

சற்றே இருட்டான அறை.

பழங்கால மேஜைக்குப் பக்கத்தில் இருந்த மர நாற்காலிகளில் இருவரும் உட்கார்ந்தார்கள்.

''உக்கிரான அறைக்குள்ளே வந்துட்டோம். இப்போவாவது விஷயம் என்னன்னு சொல்லு...''

திருமலைச்சாமி குரலைத் தாழ்த்தினான். தன்னுடைய சட்டைப் பாக்கெட்டில் வைத்து இருந்த ஒரு பழமையான கையேட்டுப் புத்தகத்தை எடுத்து அவரிடம் கொடுத்தான்.

''புத்தகத்தைப் பிரிச்சு முதல் பக்கத்தைப் படிங்க.''

ஓம் நமச்சிவாயம் பிரித்துப் படித்தார்.

''கட்டை விரல் அளவே உள்ள அஷ்டலட்சுமி ஐம்பொன்சிலைகள், பஞ்சமுக ஆஞ்சநேயர் அரையடி நவபாஷாண சிலை, பஞ்சபூதங்களில் உருவான ஓரடி உயரமுள்ள நடராஜர் சிலை, மேலும் தூய செம்பு உலோகத்தால் செய்யப்பட்ட பவானியம்மன் சிலை. அரியவகை கடற்பஞ்சு கற்களால் உருவான கற்சிலைகள்.''

படித்துவிட்டு ஓம் நமச்சிவாயம் நிமிர்ந்தார்.

"இதெல்லாம் என்ன?"

"அரிய வகைச் சிற்பங்கள்."

"அது தெரியுது... என்கிட்ட இந்த கையேட்டைக் கொடுத்து எதுக்காகப் படிக்கச் சொல்றே?"

"இந்தச் சிற்பங்களைப் பற்றி உங்களுக்குத்தானே தெரியும்...?"

"என்ன உளர்றே?"

"இதோ பாருங்க ஓம் நமச்சிவாயம். ரொம்ப நேரத்துக்கு இது மாதிரி அப்பாவித்தனமாய் மூஞ்சியை வெச்சுகிட்டு பேசிட்டு இருக்க முடியாது. உங்களைப் பத்தின எல்லா விவரங்களையும் தெரிஞ்சுட்டுத்தான் நான் வந்திருக்கேன்."

"என்ன தெரியும் உனக்கு?"

"ரியல் எஸ்டேட் பிசினஸ் பண்ணிட்டே நீங்க இங்க பவானியம்மன் கோயிலில் இருக்கிற அரியவகைச் சிற்பங்களை வெளிநாடுகளுக்கு விற்று கோடிக்கணக்கில் பணம் சம்பாதிக்கிற விஷயமும் எனக்குத் தெரியும். எப்படி தெரியும்ன்னு கேட்கறீங்களா... அதுக்கும் என்கிட்டே பதில் இருக்கு. பதில் சொல்லட்டுமா?"

ஓம் நமச்சிவாயம் முறைக்க திருமலைச்சாமி சிரித்தான்.

"என்ன அப்படிப் பார்க்கறீங்க. போன வருஷம் வரைக்கும் உங்க சிலை கடத்தலுக்கு உதவியாய் இருந்து ஒரு ஆக்சிடெண்டில் செத்துப்போன உங்க கூட்டாளி மோகன்ராஜ் எனக்கும் வேண்டியவர் தான். அவர் எல்லா விஷயங்களையும் என்கிட்டே சொல்லியிருக்கார்."

இப்போது ஓம் நமச்சிவாயத்தின் முகத்தில் வியர்வை அருவி எண்ணெய் பூசியது போல் தெரிந்தது. திணறலான குரலில் கேட்டார்.

"மோகன்ராஜ் உனக்கு வேண்டியவரா?"

"ஏன் இருக்கக்கூடாதா?"

"அ...அ...அவர் என்ன சொன்னார்?"

"கட்டை விரல் அளவே உள்ள அஷ்டலட்சுமி ஐம்பொன் சிலைகள் மட்டுமே இப்போ உங்ககிட்டே இருக்கிறதாகவும், மத்த எல்லா சிலைகளையும் திரிபுவனேஸ்வர் நகரில் உள்ள ஒரு பார்ட்டிக்கு நல்ல விலைக்கு வித்துட்டதாகவும் அவர் சொன்னார்...!"

ஓம் நமச்சிவாயம் ஆவேசமானார்.

"பொய்!"

"செத்துப்போன மோகன்ராஜ் உயிரோடு வரமாட்டார் என்கிற தைரியத்துல சொல்றீங்களா...? புவனேஸ்வர் நகரில் உள்ள ஒரு பார்ட்டியை உங்ககிட்ட இப்போ பேச வைக்கட்டுமா?"

ஓம் நமச்சிவாயம் வியர்வையைக் கர்ச்சீப்பால் ஒற்றிக் கொண்டு ஒன்றும் பேசாமல் மௌனமாய் இருந்தார்.

"அந்த அமைதிக்கு என்ன அர்த்தம்?"

"இப்ப உனக்கு என்ன வேணும். நேரிடையாய் விஷயத்துக்கு வா..."

"இதோ வந்துட்டேன்! சுத்தி வளைச்சுப் பேசி எனக்குப் பழக்கமில்லை. இப்ப உங்க கஸ்டடியில இருக்கிற அந்த கட்டை விரல் அளவே இருக்கிற அஷ்டலட்சுமி ஐம்பொன் சிலைகள் எனக்கு வேணும்."

"என்ன விளையாடறியா?"

"ஆமா... ஓம் நமச்சிவாயம்... இது விளையாட்டு தான். நீங்க விளையாடின அதே விளையாட்டு."

"அந்த அஷ்டலட்சுமி சிலைகள் இப்ப என்கிட்டே இல்லை. கோயில் கமிட்டிகிட்டே இருக்கு...!"

''என்னது கோயில் கமிட்டியா…? அப்படி ஒரு கோயில் கமிட்டி இருந்திருந்தா நீங்க சிலைகளைக் கடத்தி கோடிக்கணக்கில் பணத்தைச் சம்பாதித்திருக்க முடியுமா என்ன? இந்த பவானியம்மன் கோயில் உங்க குலத்தெய்வக் கோயில். இங்கே நீங்க தான் கமிட்டி… இந்து அறநிலையத்துறை இந்தக் கோயிலை தன்னோட பொறுப்பில் எடுத்திருந்தால் உங்களால் ஒரு சிலையைக்கூடக் கடத்தி பணம் பார்த்து இருக்க முடியாது. அந்த அஷ்டலட்சுமி சிலைகள் உங்ககிட்டதான் இருக்கு. நீங்க இல்லைன்னு பொய் சொன்னா உங்க பொண்ணும் பேரனும் அமில பாட்டில்களைச் சந்திக்க வேண்டிருக்கும். நான் போலீஸுக்குப் பயந்தவன் கிடையாது. ஒரு வேளை போலீஸ்ல நான் மாட்டிக்கிட்டாலும் நீங்க பண்ணின சிலை திருட்டுக்களைப் பற்றி நீளமாய் ஒரு வாக்குமூலம் கொடுத்து உங்களைக் காட்டித்தர்றதைத் தவிர எனக்கு வேறு வழியில்லை.''

சில விநாடிகள் மௌனமாய் இருந்த ஓம் நமச்சிவாயம் ஒரு பெருமூச்சோடு திருமலைச்சாமியை ஏறிட்டார்.

''சரி… ஒரு பிசினஸ் பேசிக்கலாமா?''

''என்ன…?''

''இந்தக் கோயிலில் இருக்கிற அஷ்டலட்சுமி சிலைகள் ஆயிரம் வருடம் பழமை வாய்ந்த அரியவகைச் சிலைகள். இந்தச் சிலைகளை நான் ஒரு பார்ட்டிக்கு விலை பேசிட்டேன். கை மாற வேண்டியது தான் பாக்கி. இன்னும் பதினைந்து நாள்ல அந்தப் பார்ட்டி சென்னைக்கு வரும். வர்ற பணத்துல பாதி உனக்கு.''

''பார்ட்டி யாரு… உள்ளூரா, வெளியூரா?''

''வெளிநாடு.''

''எந்த நாடு?''

''ஆஸ்திரேலியா.''

''என்ன ரேட் பேசியிருக்கீங்க?''

''இருபது கோடி.''

''முப்பது கோடி நஷ்டம்'' என்றான் திருமலைச்சாமி.

''என்ன சொல்றே?''

''அந்த அஷ்டலட்சுமி சிலைகளின் மதிப்பு 50 கோடி. நான் ஒரு பார்ட்டிகிட்டே விலை பேசி ஒப்புதல் வாங்கிட்டேன்.''

ஓம் நமச்சிவாயம் விழிகள் விரிய ''நிஜமாவா...?'' என்றார்.,

''இதுல பொய் சொல்ல என்ன இருக்கு...?''

''பார்ட்டி யாரு?''

அவன் கோணலாய்ச் சிரித்தான். ''அது உங்களுக்குத் தேவையில்லாத விஷயம். அந்த அஷ்டலட்சுமி சிலைகளை என்கிட்டே ஒப்படைங்க. நான் பிசினஸை முடிச்சிட்டு உங்களுக்குச் சேர வேண்டிய பாதித் தொகையான 25 கோடியைக் குடுத்துடறேன்.''

''அது...அது... வந்து...''

''என்ன குரலை இழுக்குறீங்க... நான் உங்களை ஏமாத்திடுவேன்னு பயமா...?''

''அப்படியெல்லாம் இல்லை.''

''இல்ல... அந்த பயம் உங்க முகத்துல நல்லாவே தெரியுது. நான் இதுவரைக்கும் என்னை நம்பினவங்களை ஏமாத்தினது இல்லை. இனியும் ஏமாத்தமாட்டேன். செய்யற தொழில் தப்பானதாக இருந்தாலும் அந்தத் தொழிலில் உண்மையும் நேர்மையும் இருக்கணும்ன்னு நினைக்கிறவன் நான்... அந்த அஷ்டலட்சுமி சிலைகளை எடுத்துக் கொடுங்க. ரெண்டு வாரத்துல பிசினஸை முடிச்சுட்டு வர்றேன். 25 கோடி உங்க கையில் இருக்கும்...!''

ஓம் நமச்சிவாயம் அனலாய்ப் பெருமூச்சொன்றை வெளியேற்றியபடி திருமலைச்சாமியை ஏறிட்டார்.

''எனக்குக் கொஞ்சம் அவகாசம் வேணும்.''

''எதுக்கு?''

''யோசிக்கணும்.''

''சரி... யோசிங்க... ஆனா அவகாசம் அஞ்சு நிமிஷம் மட்டும். அதுக்கு மேலேயும் நீங்க யோசனை பண்ணிட்டிருந்தா உங்க பொண்ணும் பேரனும்... உயிரோட இருக்க மாட்டாங்க. பரவாயில்லையா...?'' திருமலைச்சாமி சொல்லிக் கொண்டே தன்னுடைய செல்போனை எடுத்தான்.

''வே... வேண்டாம்...''

''அவங்க ரெண்டு பேரும் உயிரோடு இருக்கணும்ன்னா சிலைகள் என்னோட கைக்கு வரணும்... உங்க கூட விவாதம் பண்ணிட்டிருக்க எனக்கு நேரமில்லை... இன்னும் நாலு நிமிஷத்துல எனக்கு பதில் வேணும்...!''

ஓம் நமச்சிவாயம் சில விநாடிகள் கண்களை மூடி மௌனமாய் இருந்துவிட்டு மெதுவான குரலில் பேச்சை ஆரம்பித்தார்.

''சரி...தர்றேன்... ஆனா நீ சொன்னபடி எனக்கு 25 கோடி கொடுத்துடணும்...''

''இந்தத் திருமலைச்சாமி யாரையும் ஏமாத்தமாட்டான். இன்னியிலிருந்து பதினைஞ்சாவது நாள் உங்க பங்குத்தொகை 25 கோடி ரூபாய் பணம் உங்க கையில் இருக்கும்...''

◆ ◆ ◆

9

புவனேஸ்வரின் லோகமான்யா அவென்யூ ஏழாவது தெருவின் ஆரம்பத்திலேயே டாக்ஸியை நிறுத்தி இறங்கிக் கொண்டார்கள் மான்யாவும் இனியனும்.

தெரு அமைதியாய், குறைந்த போக்குவரத்தோடு தெரிந்தது. ஓரிரு வீடுகள் மட்டும் பெரிதாய்த் தெரிய, பெரும்பாலான வீடுகள் வெகு பழமையாய், ஓடுகள் வேயப்பட்டுப் பார்வைக்குக் கிடைத்தது.

இருவரும் மெதுவாய் நடைபோட்டு பதினாறாம் எண் வீட்டைத் தேட, அடுத்த சில நிமிடங்களில் சிறிய காம்பௌண்ட் 'கேட்'டோடு அந்த வீடு கண்ணில் பட்டது.

"இனியன்."

"என்ன?"

"யாராவது உன்னையும் என்னையும் நோட் பண்றாங்களான்னு கவனி...!"

"அப்படி யாரும் இருக்கிற மாதிரி தெரியலை."

இருவரும் அந்தச் சிறிய காம்பௌண்ட் கேட்டைத் திறந்து கொண்டு உள்ளே போனார்கள். பழைய பைக் ஒன்று சுவரோரமாய் நிறுத்தி வைக்கப்பட்டிருக்க வாசற்படி ஏறினார்கள். இனியன் காலிங்பெல் பட்டனின் மேல் கையை வைக்க, அது உள்ளே ஒலிப்பது கேட்டது.

மூப்பது விநாடிகள் காத்திருப்புக்குப் பின் கதவு திறக்கப்பட சுபாஷ் கபூர் 120 கிலோ உடம்போடு தொப்பை தள்ளியபடி நின்றிருந்தான். இன்ன வயது என்று நிர்ணயிக்க முடியாத தோற்றம். பான் பீடாவை வாய் அரைத்துக் கொண்டிருந்தது.

தலையைச் சாய்த்துக் கேட்டான்.

"இனியன், மான்யா...?"

'ஆமாம்' என்பது போல் இருவரும் தலையாட்டினார்கள்.

"உள்ளே வாங்க..." நல்ல உச்சரிப்போடு தமிழ் பேசினான் சுபாஷ் கபூர். ஒரு குறுகிய சந்து வழிகாட்டியது.

மூன்று பேரும் நடந்தார்கள்.

ஐம்பதடி நடந்ததும் அந்தக் குறுகிய சந்து சட்டென்று விரிந்து ஒரு பெரிய அறையாக மாறியது. அந்த அறையை ஒட்டி மேலே மாடிப்படிகள் போயிற்று. அறையில் பரப்பப்பட்டிருந்த வெண்ணிற மெத்தையைக் காட்டினான்.

"உட்காருங்க."

மான்யா உட்கார்ந்து கொண்டே சொன்னாள்.

"வீடு ரொம்பவும் வித்தியாசமாய் இருக்கு!"

சுபாஷ் கபூர் சிரித்தான்.

"நம்ம பிசினஸும் வித்தியாசமானது தானே? ஏதாவது பிரச்சினைன்னா இந்த வீட்டிலிருந்து தப்பித்துப் போக பதினோரு வழிகள் இருக்கு. ஆனாலும் இதுவரைக்கும் எந்த ஒரு பிரச்சினையும் வந்தது இல்லை."

இனியன் தன் கையோடு கொண்டு போயிருந்த அந்த சிறிய சூட்கேஸைப் பிரித்துக் கொண்டே கேட்டான்.

"பெருமாளைப் பார்த்துடலாமா?"

''ம்... அதுக்காகத்தானே வெயிட் பண்ணிட்டிருக்கேன்.''

இனியன் சூட்கேஸின் ஜிப்பைப் பிரித்து உள்ளே பாலியூர்தீன் பேப்பரால் சுற்றி வைக்கப்பட்டிருந்த அந்த ஐஸ்வர்யப் பெருமாளின் சிலையை வெளியே எடுத்தான். கண்களில் ஆர்வம் மின்ன பெருமாள் சிலையைக் கையில் வாங்கினான் சுபாஷ் கபூர்.

''எத்தனை நாள் கனவு இது...? உங்க எடிட்டர் வீரராகவன் சொல்லிட்டே இருந்தார்.''

''பெருமாளை நாங்க இங்கே கொண்டுட்டு வர்றதுக்குள்ளே பட்டபாடு இருக்கே... அது பெருமாளுக்குத்தான் தெரியும்.''

''சரி...ஏர்போர்ட் கஸ்டம்ஸ் பீப்பிளை ஸ்கேன் ஜாமர் வெச்சு ஏமாத்தினதாய்...சொன்னீங்க... அது எப்படி?''

''அயோனைஸ்ட் செய்யப்பட்ட இந்த ஒரடி உயர பெருமாளை ஒரு பெரிய பிளாஸ்க்குக்கு உள்ளே வெச்சுட்டா ஏர்போர்ட் ஸ்கேன் பண்ணும்போது பிளாஸ்க் மட்டும்தான் தெரியும். பிளாஸ்க்குக்கு உள்ளே சிலை இருக்கிற இடம் வெற்றிடமாய்த் தெரியும்.''

''இது என்ன ப்ளாஸ்க்ன்னு கஸ்டம்ஸ் பீப்பிள் கேட்கலையா...?''

''கேட்டாங்க...அது மெடிக்கல் பர்ப்பஸுக்காகவும் சில மருந்துகளை ப்ரிஜ்ஜில் வைத்துப் பாதுகாப்பதற்குப் பதிலாக இது மாதிரியான பெரிய சைஸ் பிளாஸ்க்குகளில் வைத்து நோயாளிகளுக்குப் பக்கத்திலேயே இருக்கும்படியாக டாக்டர்கள் பார்த்துக்கறாங்கன்னு சொன்னோம்.''

''சந்தேகம் வரலையே...?''

''எப்படி வரும்... ஃப்ளாஸ்க்குக்குள் இருக்கிற அயோனைஸ்ட் செய்யப்பட்ட பெருமாளைத்தான் ஸ்கேனில்

ஸ்கிரீன் காட்டாதே.''

''ஒரு வேளை கஸ்டம்ஸ் பீப்பிள் சந்தேகப்பட்டு ப்ளாஸ்க்கை ஓப்பன் பண்ணிப் பார்த்து இருந்தா?''

''அப்படிப் பார்க்க வாய்ப்பு இல்லை.''

''ஏன்?''

''இதுக்கு முன்னாடி பலதடவை வெறும் ப்ளாஸ்க் மட்டும் சூட்கேஸுக்குள்ளே வெச்சு அதே ஸ்கேன் ஸ்கிரீனில் ஆபீஸர் முன்னால் ட்ரையல் பார்த்துட்டோம். அவர் நாலஞ்சு தடவை சந்தேகப்பட்டு ப்ளாஸ்க்கைத் திறந்து பார்த்திருக்கார்.''

''அப்படின்னா இந்த நாடகம் பலதடவை அரங்கேறியிருக்கு...?''

''ஆமா...சுபாஷ்...நானும் மான்யாவும் ரிஸ்க் எடுத்து சென்னையில் இருந்து கம்பி மேல நடந்து புவனேஸ்வருக்கு வந்திருக்கோம்.''

''சரி, பிசினஸ் பேசிடலாமா?''

மான்யா ஆச்சரியப்பட்டாள். ''இதுல பிசினஸ் பேச என்ன இருக்கு. ஏற்கெனவே பேசின பிசினஸ்தானே?''

சுபாஷ் கபூர் சிரித்தான்.

''யூ ஆர் கரெக்ட்... ஏற்கெனவே பேசின பிசினஸ் தான். பத்து கோடி. ஆனா இப்போ மார்க்கெட் நிலவரம் சரியில்லை...''

''என்ன சரியில்லை.''

''இந்த சிலை கடத்தல் மற்றும் வியாபாரத்தைக் கண்காணிக்கவும் சம்பந்தப்பட்ட நபர்களை உடனடியாய்க்

கைது செய்யவும், மத்திய அரசும், மாநில அரசும் பலவிதமான நடவடிக்கைகளை எடுத்து அதைச் செயல்படுத்தியும் வர்றாங்க. அதனால வெளிநாட்டு பார்ட்டிகள் இங்கே வந்து பிசினஸ் பேசவும், சிலைகளை வாங்கவும் பெரிய அளவில் தயக்கம் காட்டறாங்க... பார்ட்டிகள் பொருளுக்காக அலைமோதும்போது மட்டுமே நாம் சொல்ற விலையை அவங்க ஒத்துக்குவாங்க. அப்படி இல்லாத பட்சத்தில் அவனுக செல்றதுதான்...விலை.''

''நீ இப்போ என்ன சொல்ல வர்றே சுபாஷ்?''

''விலையைப் பாதியாய் கொறைச்சுக்கலாம்.''

''அதாவது அஞ்சு கோடி.''

''ஆமா...''

''இது சரியில்லை.''

''எனக்கே இது சரியில்லைன்னுதான் மனசுக்கும் படுது. ஆனா நிலவரம் சரியில்லையே?''

''எடிட்டர் நீ சொன்ன விலைக்கு ஒத்துக்க மாட்டார்.''

''அவர்கிட்டே பேசிப்பாருங்க. அவர் ஓ.கே. சொன்னா... உடனடியாய் அவர் சொல்ற பேங்க் கணக்குக்குப் பணத்தை மாத்தறேன்.''

''இப்ப நீ சொன்னதை நான் அவர்கிட்டே சொன்னா அவருக்குக் கோபம் வரும்...''

''மொதல்ல நீங்க ரெண்டு பேரும் எடிட்டர் கிட்ட பேசிப்பார்த்துட்டு வாங்க... அதுக்கப்புறம் நான் அவர்கிட்டே பேசறேன்.''

''அவர் கண்டிப்பாய் அஞ்சு கோடிக்கு ஒத்துக்க மாட்டார்.''

''நிலைமையை அவருக்கும் புரிய வையுங்க...'' சுபாஷ்

கடூர் சொல்லிக் கொண்டிருக்கும்போதே அவனுடைய செல்போன் ரிங்டோனை வெளியிட்டது.

எடுத்து அழைப்பது யார் என்று பார்த்ததும் முகம் மலர்ந்தவனாய் செல்போனோடு அடுத்த அறைக்குள் நுழைந்து கதவைச் சாத்திக் கொண்டு பேச ஆரம்பித்தான்.

''சொல்லு... திருமலைச்சாமி.''

''நான் இப்போ புவனேஸ்வர்ல இருக்கேன்.''

''அட... என்ன திடீர் விஜயம்... ஏதாவது கையில் இருக்கா?''

''வெறும் கையோடு இங்கே வர எனக்கு என்ன பைத்தியமா பிடிச்சிருக்கு...? நீ ரொம்ப நாளாய் டிமாண்ட் பண்ணிட்டிருந்த ஒரு விஷயம் என்னோட கையில்.''

''எது...அந்த ஸ்படிக லிங்கமா?''

''அதுக்கும் மேலே...''

''அதுக்கும் மேலேன்னா... திருநின்றவூர் பவானியம்மன் கோயில்...''

''அதேதான்... அஷ்டலட்சுமி சிலைகள் இப்ப என்கிட்டே...!''

''நிஜமாவா...?''

''என்னிக்கு நான் பொய் சொல்லியிருக்கேன்?''

''சரி... ஃப்ளைட்டுல எப்படி கொண்டுவந்தே?''

''நான் ஃப்ளைட்ல வரலை...''

''அப்புறம்?''

''ஃப்ளைட்ல வந்தா ரிஸ்க்... அதனால சாலை மார்க்கமாய்

சென்னையில் இருந்து ஏழெட்டு பஸ் மாறி மாறி வந்து சேர்ந்தேன்.''

''சரி... எந்த ஹோட்டலில் ஸ்டே பண்ணியிருக்கே?''

''இன்னும் ஹோட்டலில் ரூம் எடுக்கலை. மொதல்ல உன்னைப் பார்த்துப் பேசி பிசினஸை முடிக்கணும்.''

''சரி... உடனே புறப்பட்டு வா...''

மறுமுனையில் திருமலைச்சாமி சிரித்தான். ''சுபாஷ்! இப்ப நான் உன்னோட வீட்டுக்கு முன்னாடிதான் நின்னுட்டிருக் கேன். உள்ளே வரட்டுமா... பார்ட்டி யாராவது இருக்காங்களா?''

''கீழ் அறையில் இருக்காங்க... நீ மாடிக்குப் போய் வெயிட் பண்ணு. நான் அவங்களை அனுப்பிட்டு வந்துடறேன்.''

''அவங்க இருக்கிறதால ஒரு பிரச்சினையும் இல்லையே.''

''எந்தப் பிரச்சினையும் இல்லை. நான் இப்போ வாசல் கதவுக்கு வந்து லாக்கை ஓப்பன் பண்றேன்.''

''வா...!''

◆ ◆ ◆

10

சுபாஷ் கதூர் வாசல்கதவைத் திறந்து திருமலைச்சாமியை ஆர்வமாய் வரவேற்று மாடியில் இருந்த அறைக்கு அனுப்பிவிட்டு மறுபடியும் 'இனியன்-மான்யா' இருந்த அறைக்குள் நுழைந்தான்.

''ஸாரி... ஒரு முக்கியமான ஒரு போன் கால் வந்தது.''

''நோ...ப்ராப்ளம்'' என்றாள் மான்யா.

''எடிட்டர் கிட்டே ரெண்டு பேரும் பேசினீங்களா?''

''பேச முடியலை.''

''ஏன்?''

''அவரோட போன் பிஸியாவே இருக்கு. அதான் வெயிட் பண்ணிட்டிருக்கோம்.''

''இப்ப ட்ரை பண்ணிப் பாருங்க.''

இனியன் தன் செல்போனில் தொடர்பு கொள்ள முயற்சி செய்துவிட்டு உதட்டைப் பிதுக்கினான்.

''இன்னும் அவரோட போன் பிஸி.''

''சரி... ரெண்டு பேரும் இதே ரூம்ல வெயிட் பண்ணி எடிட்டர் கிட்டே அவரோட முடிவைக் கேட்டு வையுங்க... நான் இப்ப வந்துடறேன்.''

சுபாஷ் சொல்லி அந்த அறையின் கதவைச் சாத்திவிட்டு மாடிப்படிகளில் ஏறி மேலே போனான். வராந்தாவில் முதல்

அறைக்குள் காத்திருந்த திருமலைச்சாமி சூட்கேஸோடு எழுந்து நின்றான். மெதுவான குரலில் ...

''கீழே வந்திருக்கிற பார்ட்டி யாரு சுபாஷ்?''

''தெரிஞ்ச நம்பிக்கையான பார்ட்டிதான். இன்னும் கொஞ்சம் நேரத்துல அவங்க கிளம்பிப் போயிடுவாங்க. ஒரு போன்காலுக்காக வெயிட் பண்ணிட்டு இருக்காங்க.''

''அஷ்டலட்சுமிகளை தரிசனம் பண்ணிடலாமா?''

''ம்...''

திருமலைச்சாமி சூட்கேஸைத் திறந்தான். அடுக்கி வைத்திருந்த துணிமணிகளுக்குக் கீழே பதுக்கி வைத்து இருந்த அந்தச் சிறிய மரப்பெட்டியை எடுத்தான். பெட்டியைத் திறந்து உள்ளே மஞ்சள் துணியால் சுற்றி வைக்கப்பட்டிருந்த பெருவிரல் உயர அளவே இருந்த அந்த எட்டு சிலைகளையும் எடுத்து டீபாயின் மேல் வைத்தான்.

சுபாஷ் கபூர் பரவச முகத்தோடு ஒவ்வொரு சிலையாய் எடுத்துப் பார்த்தபடி கேட்டான்.

''ஓம் நமச்சிவாயம் பிரச்சினை எதுவும் பண்ணலையா?''

''பிரச்சினை பண்ணாம இருப்பாரா...? பண்ணினார். ஆனா அவரையும் நம்ம பிசினஸ்ல பார்ட்னராக்கினதும் கன்வின்ஸாகி அஷ்டலட்சுமிகளை எடுத்துக் கொடுத்துட்டார்.''

சுபாஷ் கபூர் திருமலைச்சாமியை வியப்பாய் பார்த்தார்.

''என்ன சொல்றே திருமலை... நம்ம பிசினஸ்ல அவரையும் பார்ட்னர் ஆக்கிட்டியா...?''

''ஆமா...?''

''எப்படி?''

திருமலைச்சாமி சில நிமிஷங்களைச் செலவழித்து

விபரத்தைச் சொல்லி முடிக்க, சுபாஷ் கபூர் முகம் மாறினான்.

"நீ அப்படி சொல்லியிருக்கக்கூடாது திருமலை. இந்த நிமிஷம் இது நம்ம சொத்து... அவருக்கு இதுல எந்தவிதமான உரிமையும் கிடையாது... அவர்தான் ஏற்கெனவே ஏகப்பட்ட சிலைகளை வித்து கோடிக்கணக்கில் பணம் சம்பாதிச்சிருக்காரே...?"

"அந்தச் சிலைகளை வித்ததுல பெரிய அளவில் பணம் பார்க்கலைன்னு சொன்னார்."

"அவர் பொய் சொல்றாரோ... உண்மையைச் சொல்றாரோ?"

"அதெல்லாம் வேண்டாம். பேசினபடி பணம் கொடுத்துடலாம்" என்றான் திருமலை.

"25 கோடியையா?"

"ஆமா...!"

"என்ன திருமலை...! உனக்குப் பைத்தியம் பிடிச்சிருக்கா. அந்த ஓம் நமச்சிவாயத்துக்கு ஏன் பணம் தரணும்?"

"என்ன இருந்தாலும் அது அவரோட ப்ராப்பர்ட்டி. ஏற்கெனவே ஒரு கோலாலம்பூர் பார்ட்டிக்கு 50 கோடி விலை பேசியிருக்கோம். அதைவிட வேற ஒரு பார்ட்டிக்கு அதிகமான விலைக்கு விற்கப் பார்ப்போம்."

"அதிக விலைக்குன்னா எவ்வளவு...?"

"இன்னும் ஒரு பத்து கோடி சேர்த்துக் கேட்போம்."

"திருமலை... நிலைமை புரியாமே பேசாதே... இன்னிக்கு இருக்கிற மார்க்கெட் நிலவரப்படி இந்த அஷ்டலட்சுமி சிலைகள் 50 கோடிக்குப் போறதே பெரிய விஷயம். கோலாலம்பூர் பார்ட்டி ஒரு வாரமாய் போன் பண்ணிப் பேசலை... அது தெரியுமா உனக்கு?"

''அந்தப் பார்ட்டி இல்லைன்னா என்ன... வேற ஒரு பார்ட்டியைப் பார்ப்போம்.''

''பார்ட்டி வரணுமே!''

''அதை நான் பார்த்துக்கிறேன்!''

''திருமலை... நீ பேசறது சரியில்லை. பார்ட்டியைப் பார்க்கிறது, பேசறது, விலை முடிவு பண்றது எல்லாமே என்னோட வேலை. இந்த வியாபாரத்துல நீ ஒரு மீடியேட்டர் மட்டுமே. இன்னும் உனக்கு புரியறமாதிரி சொல்லணும்ன்னா... நீ ஒரு புரோக்கர்... அவ்வளவுதான்!''

திருமலைச்சாமியின் உடலின் சகல ரத்தக் குழாய்களிலும் 110 டிகிரி வெப்பம் பாய்ந்தது. கோபம் தலைக்கேற, ''என்ன சொன்னே...?'' என்று கத்திக்கொண்டே சுபாஷின் முகத்தை நோக்கி திருமலைச்சாமி கையை வீச, சுபாஷின் மூக்கு அதே விநாடி சிவப்பாகி ரத்தத்தைத் தெறித்தது.

சில விநாடிகள் வலியில் துடித்த சுபாஷ் பின் ஆவேசமானான். ஜன்னல் திட்டில் வைக்கப்பட்டு இருந்த ஒரு கனமான கண்ணாடி டம்ளரை எடுத்து திருமலையின் முகத்தை நோக்கி வீச, அது அவனுடைய நெற்றியில் பட்டு சில்லு சில்லாய் உடைந்தது.

இரண்டு பேர்களின் முகங்களும் ரத்தக் களறியாய் மாற திருமலைச்சாமி தன் இடுப்பில் இருந்த கத்தியைச் சட்டென்று உருவிக்கொள்ள, சுபாஷ் தன் மார்புப் பகுதியில் மறைத்து வைத்து இருந்த அந்த சின்னஞ்சிறு வெளிநாட்டு ரிவால்வரை உருவிக் கொண்டான்.

◆ ◆ ◆

11

கீழே இருந்த அறையில் இனியனும், மான்யாவும் தவிப்போடு உட்கார்ந்து மனம் பொருமிப் பேசிக் கொண்டிருந்தார்கள்.

''என்ன செய்யலாம் மான்யா... சுபாஷ் இப்படி ரேட்டைத் தலைகீழாய் புரட்டிப் போடுவான்னு நான் கொஞ்சம் கூட நினைக்கலை.''

''நானும்தான்... அஞ்சு கோடி அநியாயக் குறைச்சல்.''

''பேசாமே கிளம்பிப் போயிடலாமா?''

''வேண்டாம்... ஒரு வார்த்தை எடிட்டர் கிட்டே பேசி டலாம். அவர் என்ன சொல்றார்ன்னு கேட்டுட்டு அதுக்கப்புறம் ஒரு முடிவுக்கு வரலாம்!''

''அவரோட போன் பிஸியாவே இருக்கு. யார் கூட பேசி ட்டிருக்கார்ன்னு தெரியலை. எப்படியும் அவரே போன் பண்ணுவார்...!''

இருவரும் தாழ்ந்த குரலில் பேசிக் கொண்டிருக்கும்போதே மாடியில் அந்த சத்தம் கேட்டது.

துப்பாக்கி வெடிக்கும் சத்தம்.

இனியனும் மான்யாவும் திடுக்கிட்டுப் போனவர்களாய் ஒருவரை ஒருவர் பார்த்துக் கொண்டார்கள்.

''இனியன்... அது துப்பாக்கி சத்தம் தானே?''

"ஆமா... மேலேயிருந்து கேட்டது."

"அங்கே என்ன நடக்குதுன்னு தெரியலையே?"

"போய்ப் பார்க்கலாமா?"

"வேண்டாம்... எனக்கென்னமோ பயமாய் இருக்கு."

"பயப்பட்டுகிட்டு இங்கேயே உட்கார்ந்திருந்தா எப்படி...? மேலே என்ன நடக்குதுன்னு தெரிஞ்சாத்தானே நாம நிம்மதியா இங்கே இருக்க முடியும்."

இனியன் சொல்லிக் கொண்டே அறையினின்றும் வெளிப்பட்டு அருகில் இருந்த மாடிப்படிகளில் தாவி ஏறினான், மான்யாவும் பதட்டத்தோடு பின்தொடர்ந்தாள். மாடிப்படிகளை மூச்சிரைப்போடு முடித்துக் கொண்டு வராந்தாவில் நடந்து கதவு லேசாய் திறந்திருந்த அறைக்குள் தயக்கத்தோடு எட்டிப் பார்த்தார்கள்.

இருவரின் விழிகளும் அதிர்ச்சியில் உறைந்து போயிற்று.

ஒரு பக்கம் சுபாஷ் கபூரும், இன்னொரு பக்கம் திருமலைச்சாமியும் ரத்த வெள்ளத்தில் அசைவற்றுக் கிடந்தார்கள். துப்பாக்கி சுவரோரமாய் விழுந்திருந்தது.

இனியனும் மான்யாவும் சுபாஷ் அருகே ஓடிப் போய் குனிந்தார்கள். அவனுடைய உடம்பில் உயிர் இல்லை என்பதை நிலைத்துப் போயிருந்த விழிகள் தெரிவிக்க, இதயத்தின் மையத்தில் அந்த ஓர் அடி நீளக் கத்தி பாதி புதைந்த நிலையில் குத்திட்டு நின்றது.

மான்யாவின் பார்வை சற்றுத் தள்ளி விழுந்து இருந்த திருமலைச்சாமியின் பக்கம் போயிற்று.

"அந்த ஆள் யார்ன்னு தெரியலையே?"

"நம்மை மாதிரி ஒரு கஸ்டமராய் இருக்கலாம். நெத்தியில் தோட்டா போய்ஞ்சிருக்கு. சுபாஷ்

அவனைச் சுட்டிருக்கலாம். அவன் சுபாஷ் கத்தியால குத்தியிருக்கலாம். ரெண்டு பேருக்கும் நடுவே ஏதோ ஒரு பிரச்சினை ஏற்பட்டு இந்த சம்பவம் நடந்து இருக்கணும்...!''

இனியன் சொல்லிக் கொண்டிருக்கும்போதே அவனுடைய செல்போன் வைப்ரேஷனில் அழைத்தது. எடுத்து அழைப்பது யார் என்று பார்த்து எடிட்டர் வீரராகவன் என்று தெரிந்ததும் போனை காதுக்கு ஒற்றி மெல்ல குரல் கொடுத்தான்.

''ஸார்.''

''என்ன இனியன்... பேரம் முடிஞ்சுதா...? நீ எனக்கு போன் பண்ணினபோது நான் வேற ஒரு நம்பர்ல பிஸியாய் இருந்தேன். கட் பண்ண முடியாத முக்கியமான நபர்''

''ஸ...ஸார்...சுபாஷ் கபூர் வீட்ல ஒரு விபரீதம் நடத்திருக்கு...!''

''என்ன... போலீஸ் மோப்பம் பிடிச்சுட்டாங்களா?''

''அது இல்ல ஸார்.''

''வேற என்ன?''

இனியன் வியர்த்து வழிந்து மூச்சு வாங்கியபடி நடந்த சம்பவத்தை இரண்டு நிமிடங்களைச் செலவழித்துச் சொல்ல மறுமுனையில் வீரராகவன் வெகுவாய் பதட்டப்பட்டார்.

''இனியன்! நீ என்ன சொல்றே... அந்த ரெண்டு பேரும் இப்போ உயிரோடு இல்லையா?''

''ஆமா ஸார்.''

''சுடப்பட்டு இறந்தவன் யாரு?''

''தெரியலை... பார்த்தா தமிழ்நாட்டு ஆள் மாதிரிதான் தெரியறான்.''

''சரி. மான்யா...உனக்குப் பக்கத்தில் தானே இருக்கா?''

''ஆமா ஸார்...''

''அந்த வீட்ல வேற யாரும் இல்லையா?''

''இல்ல...ஸார். நாங்க சுபாஷ் கபூரைப் பார்க்க வந்த போது வீட்ல அவன் மட்டும்தான் இருந்தான்.''

''சரி... இனியும் அந்த வீட்ல மான்யாவும் நீயும் ஒரு நிமிஷம் கூட இருக்கக்கூடாது. ஐஸ்வர்யப் பெருமாள் சிலையை எடுத்துக்கிட்டு வெளியே வந்துடுங்க. வெளியே வரும் போது யார் கண்ணிலேயும் பட்டுட வேண்டாம். அந்த வீட்டிலிருந்து ஒரு கிலோ மீட்டர் தூரமாவது நடந்து வந்து டாக்ஸி பிடிங்க. பெருமாள் சிலை பத்திரம். ரெண்டு நாளைக்கு பல்லவியோட வீட்டை விட்டு வெளியே போகிற வேலை வேண்டாம். சுபாஷ் கபூர் பிரச்சினை எல்லாம் ஓயட்டும். நான் வேற ஒரு பார்ட்டியோட அட்ரஸ் தர்றேன். அந்த பார்ட்டிகிட்ட பிசினஸை முடிச்சுக்கலாம். இப்ப அந்த இடத்தை விட்டு உடனடியாய் கிளம்புங்க...!''

''இதோ... கிளம்பிட்டோம் ஸார்'' இனியன் அவசர அவசரமாய் பேச்சை முடித்துக் கொண்டு செல்போனை அணைத்தபடி மான்யாவின் பக்கம் திரும்பினான்.

அவள் எதையோ கையில் வைத்துக் கொண்டு உன்னிப்பாய்ப் பார்த்துக் கொண்டிருந்தாள்.

''மான்யா! என்னத்தை அப்படி பார்த்துட்டு இருக்கே?''

''இனியன்! ஒரு நிமிஷம் வா இங்கே!''

''என்ன?''

அவன் அவளை நெருங்கினான்.

மான்யா காட்டினாள்.

''இதைப் பார்த்தியா...? பெருவிரல் அளவே உள்ள அஷ்டலட்சுமி சிலைகள். இது ஒரு அபூர்வமான கலெக்ஷன். சமீப கால ஒரு ஆர்ட்டிகளில் படிச்ச ஞாபகம். இது சம்பந்தமாய்த்தான் ரெண்டு பேருக்குள்ளே ஏதோ பிரச்சினை ஏற்பட்டு உயிரிழப்புல போய் முடிஞ்சிருக்கு.

இனியன் அந்தச் சிலைகளை வாங்கிப் பார்த்தான். அந்த மோசமான சூழ்நிலையிலும் அவனுடைய கண்களில் பேராசையின் மினுமினுப்பு தெரிந்தது.

''மான்யா! நீ சொன்னது சரிதான்! இந்த மினியேச்சர் அஷ்டலட்சுமி சிலைகளைப் பற்றி நம்ம எடிட்டர் ஒருதடவை என்கிட்டே சொல்லியிருக்கார். திருநின்றவூரில் இருக்கிற ஒரு பழமையான கோயிலில் இந்தச் சிலைகள் இருக்கிறதாகவும், இந்தச் சிலைகளுக்குக் குறைந்த பட்சம் 50 கோடி ரூபாய் அளவுக்கு மதிப்பு இருப்பதாகவும் சொல்லி இந்தச் சிலைகள் சம்பந்தமான போட்டோக்களைக் காட்டியிருக்கார்.''

''இனியன்...! இதைத்தான் தேடி வந்த அதிர்ஷ்டம்ணு சொல்லுவாங்க. சுபாஷ் கபூருக்கு ஐஸ்வர்யப் பெருமாள் சிலையை விற்க வந்தோம். அவன் அடாவடியாய் விலை பேசினான். இப்போ அவன் உயிரோடு இல்லை. செத்துகிடக்கிற இவன் யார்ன்னும் தெரியலை...''

''மான்யா! நமக்கு எதுவும் தெரிய வேண்டாம். அஷ்டலட்சுமி சிலைகளோடு இங்கிருந்து மொதல்ல கிளம்புவோம். ஐஸ்வர்யப் பெருமாள் சிலையை விக்கிறதுக்கு எடிட்டர் இதே புவனேஸ்வரில் வேறொரு பார்ட்டியை ஏற்பாடு பண்றதாய் சொல்லிட்டார். ஆனா ஒரு விஷயத்தை நீ ஞாபகத்துல வெச்சுக்கணும்.''

''என்ன?''

''இந்த அஷ்டலட்சுமி சிலைகள் உனக்கும் எனக்கும்

மட்டும் தான் சொந்தம். எடிட்டருக்கு இந்த விஷயம் தெரியக்கூடாது.''

மான்யாவின் விழிகளில் மிரட்சி தெரிந்தது.

''ஏதாவது ஒரு வகையில் எடிட்டருக்கு இந்த விஷயம் தெரிஞ்சுட்டா?''

''எப்படித் தெரியும்... இந்தச் சிலைகள் பற்றிய விஷயம் தெரிஞ்ச ரெண்டு பேருமே இப்போ உயிரோடு இல்லை. அவருக்கு இந்த விஷயம் தெரியணும்ன்னா ஒண்ணு நீ அவர்கிட்டே சொல்லணும். இல்லேன்னா நான் அவர்கிட்டே சொல்லணும். கண்டிப்பா நாம ரெண்டு பேருமே இந்த விஷயத்தைச் சொல்லப் போறது இல்லை.''

''இருந்தாலும் இனியன்... நம்ம எடிட்டர் சாதாரணப்பட்ட ஆள் இல்லை. 'கூர்மை' என்கிற பேர்ல ஒரு பத்திரிகையைப் பல வருஷமாய் நடத்திகிட்டே தன்னைச் சமூக விரோத செயல்களுக்கு எதிரான ஒரு நபராய் உருவகம் பண்ணி சொசைட்டியில் ஒரு நல்ல பேர் எடுத்திருக்கார். அதே சமயம் அவரோட இன்னொரு முகம் நமக்கு மட்டும்தான் தெரியும். ஒரு தப்பை அவருக்கு எதிராய் பண்ணிட்டு யாரும் அவ்வளவு சுலபத்துல தப்பிச்சுட முடியாது.''

''மான்யா! நீ சொல்றது உண்மைதான். ஆனா இப்போ நடந்திருக்கிற சம்பவம் சென்னையில் நடந்திருந்தா நாம பயப்படறதுல அர்த்தம் இருக்கு. ஆனா இது புவனேஸ்வர். நமக்குக் கிடைச்சு இருக்கிற பொக்கிஷத்தைப் பத்தி நம்ம எடிட்டருக்குத் தெரிய வாய்ப்பே இல்லை. இங்கே நாம நின்னுட்டிருக்கிற ஒவ்வொரு நிமிஷமும் நமக்கு ஆபத்து. மொதல்ல இங்கிருந்து கிளம்புவோம்.''

◆ ◆ ◆

12

இரவு மணி ஒன்பது.

பல்லவியின் அபார்ட்மெண்ட்.

மான்யா, பல்லவி, இனியன் மூன்று பேரும் டைனிங் டேபிளில் உட்கார்ந்து இரவு நேர உணவை முடித்துக் கொள்வதில் மும்முரமாய் இருக்க எதிர் சுவரில் இருந்த எல்.ஈ.டி டிஜிடல் டி.வி.யில் ஆங்கிலத்தில் அந்தச் செய்தி போய்க் கொண்டிருந்தது.

''லோகமான்யா அவென்யூவில் நேற்று மாலை நடைபெற்ற இரட்டைக் கொலைச் சம்பவத்தில் போலீஸாரிடையே இன்னும் குழப்பநிலை நீடித்து வருகிறது. சுபாஷ்கபூர் என்பவர் கத்தியால் குத்தப்பட்டும் அடையாளம் தெரியாத இன்னொரு ஆள் துப்பாக்கியால் சுடப்பட்டும் இறந்திருக்கிறார்கள். ஒருவருக்கொருவர் தாக்கிக் கொண்டு இறந்து போனார்களா அல்லது கொலையாளி யாராவது ஒருவர், இந்த இரண்டு கொலைகளையும் செய்து இருப்பார்களா என்ற கோணத்திலும் போலீஸார் விசாரணை மேற்கொண்டுள்ளார்கள். இருவரில் இறந்துபோன சுபாஷ்கபூர் குற்றவியல் விவகாரத்தில் சம்பந்தப்பட்டவர் என்கிற புதிய தகவல் ஒன்றும் இப்போது வெளியாகியுள்ளது. போலீஸார் சுபாஷ் கபூரின் வீட்டைச் சோதனை செய்து பார்த்ததில் அவர் சில சட்ட விரோத காரியங்களில், முக்கியமாகக் கோயில் சிலை திருட்டு, சிலைக் கடத்தல் போன்ற குற்றச் செயல்களில் ஈடுபட்டு இருந்ததற்கான சில ஆவணங்கள் கிடைத்துள்ளன. அதன் அடிப்படையில் புவனேஸ்வர்

போலீஸார் விசாரணையை மேற்கொண்டு வருகிறார்கள்.''

பல்லவி சாப்பிட்டுக் கொண்டே சொன்னாள்.

''புவனேஸ்வரில் சமீப காலமாதான் இதுமாதிரியான விரும்பத்தகாத சம்பவங்கள் நடந்துட்டிருக்கு. இது ஒரு அமைதியான, ஆன்மீக நகரம். கொலையான ரெண்டு நபர்களுமே நல்லவங்களா இருக்க முடியாது. ஏதோ தப்பு பண்ணியிருக்காங்க. அதுவும் கோயில் சிலை திருட்டுன்னா, அது பஞ்சமாபாதகம்... மனசாட்சி உள்ளவங்க யாராவது கடவுள் சிலையைத் திருடி விற்பாங்களா என்ன?''

மான்யா 'ஃப்ரைட் ரைஸ்'சை ஒரு தட்டில் எடுத்துப் போட்டுக் கொண்டே பேசினாள்.

''பல்லவி...! முன்னாடியெல்லாம் நம்ம மக்களுக்குக் கடவுள் பக்தி நிறைய இருந்தது. தப்பு பண்ணினா கடவுள் தண்டிப்பாருங்கிற பயமும் இருந்தது. பொய் பேசினாலே மகா பாவம்ன்னு என்னோட தாத்தா சொல்வார். ஆனா இன்னிக்கு மக்கள்கிட்டே இருக்கிற 'குட் க்வாலிடீஸ்' எல்லாமே மாறிட்டு வருது. கோயிலுக்குப் போறவங்க கர்ப்பக்கிரஹத்தில் இருக்கிற சிலையைக் கடவுளாய் பார்க்கிறாங்க. கோயிலை நிர்வாகம் பண்ற நபர்களும், பூசாரிகளும் அந்தச் சிலையை ஒரு வியாபாரப் பொருளாய்ப் பார்க்கிறார்கள். அதை வித்து கோடிக்கணக்கில் பணம் பார்க்கவும் ஆசைப்படறாங்க... அப்படிப்பட்ட பேராசையின் விளைவுதான் இந்த மர்டர்ஸ்... என்னைப் பொறுத்தவரைக்கும் அந்த ரெண்டு பேருக்கும் கடவுள் கொடுத்த தண்டனை இது.''

இனியன் மௌனமாய் சாப்பிட்டுக் கொண்டு இருந்தான். பல்லவி திரும்பினாள்.

''என்ன இனியன்... வேற ஏதோ ஒரு அப்செட்டான மூடில் இருக்கீங்க போலிருக்கு.''

இனியன் சப்பாத்தியை மென்று கொண்டே தலையாட்டினான். ''அப்செட் எல்லாம் இல்லை பல்லவி. புவனேஸ்வரில் இருக்கிற கோயில்களையெல்லாம் சுற்றிப் பார்த்து இந்த சிலைத் திருட்டை மையமாய் வெச்சு ஒரு சூடான கட்டுரை எழுதலாம்ன்னு பார்த்தோம். ஆனா பேட்டிக்காக யாரையும் போய் பார்க்க முடியாது போலிருக்கே.''

''இப்பவும் ஒண்ணும் இல்லை, ஆர்ட்கேலரியில் இருக்கிற அட்மினிஸ்ட்ரேட்டிவ் ஆபீசர் அஸ்வத்தாமைப் போய்ப் பாருங்களேன். அவர் கட்டுரைக்கு வேண்டிய நிறைய விஷயங்களைத் தருவார்.''

''வேண்டாம் பல்லவி... நானும் மான்யாவும் ரெண்டு நாள் புவனேஸ்வரில் இருந்துட்டு சென்னைக்குக் கிளம்பறோம். மறுபடியும் அடுத்த மாசம் வர்றோம்.'' இனியன் சொல்லிக் கொண்டு இருக்கும் போதே டி.வி.யில் காட்சி மாறி போலீஸ் அதிகாரி ஒருவர் பேட்டி கொடுத்துக் கொண்டிருந்தார்.

''துப்பாக்கி குண்டு பாய்ந்து இறந்து போன நபர் இதுவரைக்கும் யார் என்று தெரியாமல் இருந்தது. இப்போது அந்த விபரம் கிடைத்துள்ளது. இறந்து போன நபர் தமிழ்நாட்டைச் சேர்ந்தவர். பெயர் திருமலைச்சாமி. தமிழ்நாட்டு போலீஸார் கொடுத்த அறிக்கையில் திருமலைச்சாமியும் சிலை திருட்டு சம்பந்தமான பழைய குற்றவாளி என்று தெரிய வந்துள்ளது.''

பல்லவி சிரித்தாள்.

''தமிழனோட பெருமை.''

''மானம் போகுது'' என்றாள் மான்யா.

இனியன் ஏதோ சொல்ல முயன்ற போது அவனுடைய செல்போன் சட்டைப் பைக்குள் இருந்து வைப்ரேஷனில் கூப்பிட்டது. எடுத்து அழைப்பது யார் என்று பார்த்தான்.

எடிட்டர் அழைத்துக் கொண்டிருந்தார்.

''மான்யா... லைன்ல எடிட்டர்.''

''போனை அட்டெண்ட் பண்ணி என்னானு கேளு...!''

இனியன் செல்போனை இடது காதுக்குப் பொத்தி ''சொல்லுங்க ஸார்'' என்றான்.

மறுமுனையில் எடிட்டரின் குரல் குறைந்த டெஸிபிலில் கேட்டது.

''இனியன்... போன்ல எதுவும் பேச வேண்டாம். இன்னிக்கு ராத்திரி பதினோரு மணிக்கு உன்னோட 'வாட்ஸ் அப்'புக்கு ஒரு மெஸேஜ் அனுப்பறேன். பக்கத்துல மான்யா இருந்தா மட்டும் பேசு. பல்லவி இருந்தா 'சரி'ன்னு ஒரு வார்த்தை சொல்லிட்டு லைனை கட் பண்ணிடு.''

''சரி...ஸார்.''

இணைப்பைத் துண்டித்தான் இனியன்.

மான்யா கேட்டாள்.

''என்ன சொன்னார் எடிட்டர்?''

''நாளைக்குக் காலையில் டெல்லி போறாராம். சென்னைத் திரும்ப ஒரு வாரமாகும்ன்னு சொன்னார். பாராளுமன்ற கூட்டத் தொடர் ஆரம்பமாகுது போலிருக்கு...'' சொல்லிவிட்டு இனியன் தட்டில் இருந்த பாதி சப்பாத்தியைச் சாப்பிட ஆரம்பித்தான்.

◆ ◆ ◆

13

நேரம் பத்தே முக்கால் மணி. படுக்கையறை.

எடிட்டர் வீரராகவன் சென்னையிலிருந்து அனுப்பப்போகும் 'வாட்ஸ் அப்' செய்திக்காகச் சற்றே பதட்டத்துடன் காத்திருந்தான் இனியன். ஜன்னலுக்கு வெளியே புவனேஸ்வர் வெளிச்சப் பொட்டுக்களோடு தெரிந்தது.

சரியாய் 11.05-க்கு வீரராகவன் அந்தச் செய்தியை அனுப்பி வைத்தார். படிக்க ஆரம்பித்தான்.

இனியன், மான்யா இருவருக்கும் இந்தச் செய்தி அனுப்பப்படுகிறது. ஐஸ்வர்யப் பெருமாள் சிலையை சுபாஷ் கபூர் வாங்க மறுத்ததும் ஒருவகையில் நன்மைக்கே என்றுதான் எடுத்துக் கொள்ளவேண்டும். அவனுடைய சமீபகால நடவடிக்கைகள் சரியில்லை என்பது இப்போதுதான் எனக்குத் தெரிய வந்தது. ஐஸ்வர்யப் பெருமாள் சிலையை பத்து கோடி ரூபாய்க்கு விலை பேசியிருந்தோம். இப்போது ஒரு புது பார்ட்டி அதை 20 கோடி ரூபாய்க்கு வாங்கத் தயாராக உள்ளார். அவருடைய பெயர் சங்கர் ஜோஷி. புவே னஸ்வரில் ஒரு ஜாதிக்கட்சியை ஆரம்பித்துத் தலைவராக இருக்கிறார். கட்சி என்ற போர்வைக்குப் பின்னால் அவர் செய்யும் சட்டவிரோத காரியங்கள் வெளிச்சத்திற்கு வராதவை. சென்னை பார்ட்டி ஒருவர்தான் சங்கர் ஜோஷியின் புவனேஸ்வர் முகவரியைக் கொடுத்தார்.

அவருடைய முகவரி இதுதான்.

சங்கர் ஜோஷி,

முக்தேஷ்வரா அவென்யூ,

நெம்பர்-14, ராம்ஸ் காட்டேஜ்,

நியர் முக்தேஷ்வரா கோயில்,

புவனேஸ்வர்.

அந்த சங்கர் ஜோஷி கொஞ்சம் முன்கோபக்காரர். அவரிடம் எதைப் பேசுவதாக இருந்தாலும் நிதானமாய் பேச வேண்டும். நாளை மாலை ஏழு மணிக்கெல்லாம் சங்கர் ஜோஷியின் இருப்பிடத்திற்கு நீயும் மான்யாவும் போய்விட வேண்டும். ஐஸ்வர்யப் பெருமாள் சிலை சங்கர் ஜோஷியின் கைக்கு மாறும் முன்பு வெளிநாட்டில் இருக்கும் என்னுடைய வங்கிக் கணக்குக்கு 20 கோடி ரூபாய் சேர வேண்டும். நான் உனக்கு 'YES' என்று மெஸேஜ் கொடுத்தபிறகு தான் சிலையைக் கொடுக்க வேண்டும். இருவரும் வெற்றிகரமாய் இந்தப் பணியைச் செய்து முடியுங்கள். வழக்கத்தை விட கூடுதலாக இரண்டு பர்ஸன்ட் கமிஷன் கிடைக்கும்.''

'வாட்ஸ் அப்'பில் வந்த அந்தச் செய்தியை முழுவதும் படித்து முடித்த இனியன் சில விநாடிகள் யோசனை செய்துவிட்டுத் தன் செல்போனை எடுத்து பக்கத்து அறையில் இருந்த மான்யாவைத் தொடர்பு கொண்டான்.

''மான்யா!'' குரலைத் தாழ்த்தினான்.

''என்ன இனியன்?''

''எடிட்டர் கிட்டேயிருந்து 'வாட்ஸ் அப்' மெஸேஜ் வந்தது.''

''எனக்கும் அனுப்பியிருந்தார். நானே உனக்கு போன் பண்ணலாம்ன்னு இருந்தேன்.''

''சுபாஷ் கபூர் வேண்டாம்ன்னு சொன்ன ஐஸ்வர்யப் பெருமாளுக்கு எப்படியோ நல்ல விலையை நிர்ணயம்

பண்ணிட்டார் எடிட்டர். நாளைக்கு சாயந்தரம் ஏழு மணிக்கு சங்கர் ஜோஷியைப் பார்த்து பிசினசை முடிச்சுட்டு அடுத்த ரெண்டு நாளைக்குள்ளே நம்ம கைவசம் இருக்கிற அஷ்டலட்சுமிகளை விக்கிறதுக்கும் ஒரு பார்ட்டியைப் பார்த்துட வேண்டியதுதான்.''

''ரெண்டு நாட்களுக்குள்ளே பார்ட்டி கிடைப்பாரா இனியன்?''

''கண்டிப்பாய்...! ஒரு வேளை நாளைக்கே கூட பார்ட்டி கிடைக்கலாம். ஆனா அது உள்ளூர் பார்ட்டி கிடையாது. வெளிநாட்டு பார்ட்டி...''

''இனியன்...!''

''என்ன...?''

''ராத்திரி டி.வி. நியூஸ் கேட்டதிலிருந்து மனசுக்குள்ளே ஒரு இனம் புரியாத பயம்.''

''என்ன பயம்?''

''நாம ரெண்டு பேரும் சுபாஷ் கபூர் வீட்டுக்குப் போயிட்டு வந்ததை போலீஸ் கண்டு பிடிச்சுடுவாங்களோன்னு உடம்பு பூராவும் உதறல்.''

இனியன் மெலிதாய் சிரித்தான்.

''அதுக்கு சான்ஸே இல்லை மான்யா... நீ வீணா மனசைப் போட்டுக் குழப்பிக்காதே.''

''துப்பாக்கித் தோட்டாவால் செத்துப் போன ஆள் தமிழ்நாட்டைச் சேர்ந்த திருமலைச்சாமி என்கிற உண்மையை புவனேஸ்வர் போலீஸார் கண்டுபிடிச்சிருக்காங்க. அந்தப் பேர்ல உனக்கு யாரையாவது தெரியுமா இனியன்?''

''தெரியாது... ஆனா நம்ம எடிட்டருக்குக் கண்டிப்பாய் தெரிஞ்சிருக்கும்... நாளைக்கு அவர் போன் பண்ணிப்

பேசும்போது கேட்டுடறேன்.''

மான்யா தயக்கமாய் குரலை இழுத்தாள்.

''இனியன், நான் ஒரு விஷயம் சொன்னா நீ தப்பாய் நினைக்க மாட்டியே?''

''மொதல்ல நீ விஷயத்தை சொல்லு... அது தப்பா இல்லையான்னு நான் சொல்றேன்!''

''அந்த அஷ்டலட்சுமி சிலைகள் நிச்சயமாய் 50 கோடி ரூபாய்க்கும் போகுமா?''

''அதுக்கும் மேலே போகுமே தவிர 50 கோடிக்குக் கீழே இறங்க வாய்ப்பில்லை. இதுதான் நீ சொல்ல நினைச்ச விஷயமா?''

''இல்லை... நான் சொல்ல வந்தது வேற விஷயம்.''

''என்ன சொல்லு...''

''அந்த அஷ்டலட்சுமி சிலைகளை வித்து பணம் கைக்கு வந்ததும் எடிட்டரை விட்டு விலகி போலீஸ் பயம் இல்லாத வேற ஒரு வேலையைப் பார்த்துகிட்டா என்ன?''

''வேற வேலைன்னா?''

''எத்தனையோ நல்ல வேலைகள் இருக்கே. ஏதாவது ஒரு நல்ல ப்ராடக்ட்டுக்கு ஏஜென்சி எடுப்போம்... அதை நடத்துவோம்.''

இனியன் சிரித்தான்.

''என்ன சிரிக்கிறே?''

''நான் என்னோட மனசுக்குள்ளே என்ன நினைச்சுட்டு இருந்தேனோ அதைத்தான் நீ இப்ப சொல்லிட்டு இருக்கிறே...! நாம பண்ணப் போகிற கடைசி பிசினஸ் அஷ்டலட்சுமி சிலைகளை சேல் பண்றதுதான்.''

‘‘நிஜமாவா சொல்றே?’’

‘‘இதுல பொய் சொல்ல என்ன இருக்கு மான்யா. நமக்குக் கிடைக்கப் போகிற பணம் சாதாரண தொகையா... 50 கோடி! அதை வச்சுக்கிட்டு லைஃப்ல செட்டில் ஆயிடுவோம்.’’

‘‘எனக்கு இப்ப எவ்வளவு சந்தோஷமாய் இருக்கு, தெரியுமா...?’’

‘‘அது எவ்வளவுன்னு தெரிஞ்சுக்கணும்ன்னா நீ எனக்கு இப்ப ஒரு முத்தம் கொடுக்கணும்...!’’

‘‘உதைப்பேன்!’’

◆ ◆ ◆

14

மறுநாள் மாலை சரியாய் 7.05 மணி.

முக்தேஷ்வரா அவென்யூ ராம்ஸ் காட்டேஜ்ஜின் உட்புறத்தில் இருந்த ஒரு அரையிருட்டான அறைக்குள் சங்கர் ஜோஷிக்கு முன்பாய் மான்யாவும் இனியனும் பவ்யம் காட்டி உட்கார்ந்திருந்தார்கள். மேஜையின் மேல் ஒரு அடி உயர ஐஸ்வர்யப் பெருமாள் நின்றிருந்தார்.

ஐம்பது வயதின் விளிம்பில் இருந்த சங்கர் ஜோஷி சிவப்பாய் ஒல்லியான உடம்பு வாகோடு இருந்தார். நரை தாடியையும், மீசையையும் ட்ரிம் செய்து நெற்றிக்கு ஸ்ரீ சூர்ணம் இட்டிருந்தார். கையில் ஒரு ஸ்கல்ப்ச்சர் டிடெக்டர் டிவைஸை வைத்துக் கொண்டு ஐஸ்வர்யப் பெருமாளின் சிலையைச் சோதித்துப் பார்த்துக் கொண்டிருந்தார்.

டிவைஸிலிருந்து புறப்பட்ட அகச் சிவப்புக் கதிர்கள் சிலையைக் குளிப்பாட்டிக் கொண்டிருக்க, சங்கர் ஜோஷி அதை உன்னிப்பாய் பார்த்தபடி இனியன், மான்யாவிடம் சின்னச் சின்னக் கேள்விகளாய் கேட்டுக் கொண்டு இருந்தார். சற்றே சிதைந்து போன தமிழ்.

''இந்தப் பெருமாளு எத்தினி வருஷம்னு சொன்னே?''

''ஐநூறு வருஷம்.''

''அத்தினி வருஷம் இருக்காது போலிருக்கே. டிடெக்டர் இருநூறு வருஷம்ன்னு காட்டுது... ஐநூறு வருஷத்துக்கு மேலே இருந்தா நல்ல ரேட் தரலாம்... இப்ப இதோட மதிப்பு

ஏழு கோடி தாண்டாது.''

இனியனுக்குக் கோபம் பீறிட்டாலும் அடக்கிக் கொண்டு நிதானமான குரலில் பேசினான்.

''எடிட்டர் சொன்னதத்தான் நான் உங்ககிட்டே சொன்னேன்.''

''வீரராகவனுக்கு போன் போடு. நான் பேசணும்.''

இனியன் எரிச்சலாய் செல்போனை எடுத்து எடிட்டரைத் தொடர்பு கொண்டான். விபரம் சொல்லிவிட்டு, போனை சங்கர் ஜோஷியிடம் கொடுக்க அவர் வாங்கிப் பேசினார்.

''என்ன... வீரராகவன்... பெருமாளு 200 வருஷம்தான்னு 'ஸ்கல்ப்ச்சர் டிவைஸ்' காட்டுது.''

''அப்படியா?''

''ஆமா... நம்ம டிவைஸ் பொய் சொல்லாது. உன்னோட ரேட்டைக் குடுக்க முடியாது. நான் ரேட் ஃபிக்ஸ் பண்ணிட்டேன். ஏழு கோடி தான்.இது என்கிட்ட பண்ற முதல் பிசினஸ் என்கிற காரணத்துக்காக இந்த ரேட். இதே வேற ஆளாய் இருந்தா அஞ்சு கோடிதான்.''

''ரொம்பவும் குறைச்சலாய் இருக்கே?''

''சரி... உனக்கு எங்கே நல்ல ரேட் கிடைக்குதோ அங்கேயே பெருமாளைக் கொண்டு போய்...''

''அதெல்லாம் வேண்டாம் ஜோஷி... நீ சொன்ன ரேட்டுக்கே பிசினஸை முடிச்சுக்கலாம். பணத்தை உடனே ட்ரான்ஸ்பர் பண்ணு.''

''இது புத்திசாலித்தனம். உனக்கும் உன்னோட பேங்க்குக்கும் மட்டுமே தெரிஞ்ச ஓன் டைம் பாஸ்கோடை, என்னோட மொபைல் நம்பருக்கு ஷேர் பண்ணு... அடுத்த அஞ்சாவது நிமிஷம், ஹவாலா ட்ரான்ஸாக்ஷன் மூலமா,

உன் அக்கவுண்ட்டுக்கு பணம் சேர்ந்திடும்.''

''இப்ப... இப்பவே அனுப்பறேன். போனை என்னோட ஆள் கிட்டே குடு.''

செல்போன் கை மாறியது.

வீரராகவன் இனியனிடம் பேசினார்.

''பேரம் பேசிட்டிருக்க நேரமில்லை... நான் அவன் சொன்ன ரேட்டுக்குத் தலையாட்டிட்டேன். இன்னும் கொஞ்ச நேரத்துல அவனோட செல்லுக்குக் கோடை அனுப்பறேன். அவன் பணத்தை ட்ரான்ஸ்வர் பண்ணுவான். என்னோட பேங்க் அந்த கோடையும் அமெளண்டையும் மேட்ச் செஞ்சு, அந்த ட்ரான்ஸாக்ஷனை இன்-கேமரா ப்ராஸஸ் பண்ணுவாங்க. எனக்குப் பணம் வந்து சேர்ந்தது கன்ஃபர்ம் ஆனதும்... நான் உனக்கு 'YES' ன்னு மெஸேஜ் பண்ணுவேன். பெருமாளைக் குடுத்துடு.''

''சரி ஸார்...''

''நீயும் மான்யாவும் இன்னிக்கு ராத்திரி புவனேஸ்வர்ல தங்கிட்டு நாளைக்குக் கிளம்பிடுங்க.''

''சரி...ஸார்.''

இனியன் செல்போனை அணைத்துவிட்டு சங்கர் ஜோஷியை ஏறிட்டான். ''பிசினஸ் ஓவர்... எடிட்டர் சரின்னு சொல்லிட்டார்...''

''அவர்க்கிட்டிருந்து மெசேஜ் வரட்டும், முதல்ல. இந்த மாதிரி செய்யும் போது, அதுல இருக்கிற ஒவ்வொரு எழுத்தும் முக்கியம். கேர்ஃபுல்லா பண்ண வேண்டிய விஷயம்.''

அடுத்த இரண்டாவது நிமிஷம் ஜோஷியின் செல்போன் மெஸேஜ் வந்ததற்கு அறிகுறியாய் அலர்ட் டோனை

வெளியிட்டது.

ஜோஷி போனை எடுத்துப் பார்த்துவிட்டு மலர்ந்தார். தனக்குப் பின்பக்கம் திரும்பிப் பார்த்து குரல் கொடுத்தார்.

''யாதவ்.''

ஒரு இளைஞன் பக்கவாட்டு அறையிலிருந்து வெளிப்பட்டான்.

''ஸார்.''

''இந்த கோடை பூஸ் பண்ணி வீரராகவனின் அக்கவுண்டுக்கு ஏழு கோடி ரூபாயை அனுப்பிடு'' சொல்லிவிட்டுத் தன்னுடைய செல்போனை அவனிடம் கொடுத்தார். அவன் அதை வாங்கி ஆன்லைன் பேமெண்ட் ஆப்ஷனுக்குப் போய் ஐந்து நிமிடங்கள் செலவழித்துப் பணத்தை அனுப்பிவிட்டு ஜோஷியிடம் நிமிர்ந்தான்.

''பேமெண்ட் சக்சஸ்ஃபுல்லா ட்ரான்ஸ்பர் ஆயிருச்சு ஸாப்...!''

ஜோஷி ஐஸ்வர்யப் பெருமாள் சிலையை எடுக்க முயல மான்யா குறுக்கிட்டாள்.

''ஒரு நிமிஷம் ஸார்.''

''என்ன?''

''எங்க எடிட்டர் கிட்டயிருந்து 'YES'ன்னு மெஸேஜ் வராமே நாங்க சிலையைக் கொடுக்க முடியாது.''

ஜோஷி புன்முறுவல் பூத்தபடி ''இட்ஸ் ஓ.கே. அவர்கிட்டயிருந்து மெஸேஜ் வந்த பின்னாடியே நீங்க சிலையைத் தரலாம்'' என்றார்.

காத்திருந்தார்கள்.

சரியாய் ஒரு நிமிடத்திற்குப் பிறகு இனியனின் மெஸேஜ்

ஆப்ஷன், அலர்ட் டோனை வெளியிட்டது. பதட்டத்தோடு எடுத்து பார்த்தான்.

YES,

பணம் வந்து விட்டது.

சிலையைக் கொடுத்து விடவும்.

ஜோஷி சிரிப்போடு கேட்டார்.

''என்ன சொல்றார் உங்க எடிட்டர்?''

''நீங்க சிலையை எடுத்துக்கலாம்!''

ஜோஷி ஐஸ்வர்யப் பெருமாளை எடுத்து மடியில் வைத்துக் கொள்ள இனியனும் மான்யாவும் எழுந்தார்கள்.

''நாங்க புறப்படறோம்.''

''உங்க எடிட்டருக்கு என்னோட நன்றியையும் சந்தோஷத்தையும் சொல்லுங்க.''

இருவரும் விடைபெற்றுக் கொண்டு வெளியே வந்தார்கள். தெருமுனையில் இருந்த டாக்ஸி ஸ்டேண்டை நோக்கி நடக்கும் போது இனியன் சொன்னான்.

''மான்யா...! நாளைக்கு நாம புவனேஸ்வரிலிருந்து சென்னைக்கு ட்ரெய்ன்ல கிளம்பறோம். அஷ்டலட்சுமி சிலைகள் நம்ம கிட்டே இருக்கிறதால ஃப்ளைட் ஜர்னி ரொம்பவும் ரிஸ்க்.''

''என்ன இனியன்! ட்ரெய்ன்ல கிளம்பினா சென்னை போய்ச் சேர ரெண்டு நாளாயிடுமே?''

''18 மணி நேரமாகும். 1215 கிலோ மீட்டர்.''

''ஜர்னி ரொம்பவும் டீடியஸ்ஸாய் இருக்குமே இனியன்?''

''வேற வழியில்லை... நாம ட்ரெய்ன்ல ட்ரேவல் பண்ணினால்தான் அந்த அஷ்டலட்சுமி சிலைகளை பத்திரமாய் சென்னைக்குக் கொண்டு போய் சேர்க்க முடியும்.''

''ஏன் ட்ரெய்ன்ல போறீங்கன்னு பல்லவி கேட்டா அவளுக்கு என்ன பதில் சொல்றது?''

''ட்ரெய்ன்ல ட்ராவல் பண்ணி ரொம்ப நாளாச்சு. அந்த ஜர்னியை என்ஜாய் பண்ணணும்னு ஆசையாய் இருக்குன்னு சொல்லு...''

''அப்படித்தான் சொல்லணும். வேற வழியில்லை.''

மான்யா சொல்லிக் கொண்டிருக்கும்போதே அவளுடைய செல்போன் தன்னுடைய ரிங்டோனை இசைத்தது. கைப்பையில் இருந்து எடுத்துப் பார்த்தாள்.

பல்லவியின் பெயர் டிஸ்ப்ளேயில் பளிச்சிட்டது.

இனியனை ஏறிட்டாள் மான்யா.

''லைன்ல பல்லவி.''

''பேசு''

மான்யா செல்போனை இடது காதுக்கு ஒற்றி மெல்ல குரல் கொடுத்தாள். ''என்ன பல்லவி?''

''நீயும் இனியனும் இப்ப எங்கே இருக்கீங்க?''

''புவனேஸ்வரம் பீச்சுல நானும் இனியனும் பானிபூரி சாப்பிட்டுகிட்டு இருக்கோம்.''

''நீங்க ரெண்டு பேரும் வீட்டுக்குத் திரும்ப எவ்வளவு நேரம் ஆகும்...?''

''எப்படியும் ஒரு மணி நேரமாயிடும்... ஏன், என்ன விஷயம் பல்லவி?''

''ஹோட்டல் 'ரோஸ் பெட்டல்ஸ்'ல ஒரு அலுமினி ஈவன்ட். நான் வரமாட்டேன்னு சொல்லியிருந்தேன்... ஆனா இப்போ சேர்மன் உடனே புறப்பட்டு வரச் சொல்லிட்டார். நான் கிளம்பிட்டிருக்கேன். வீட்டைப் பூட்டி சாவியை வீட்டுக்கு முன்னாடி இருக்கிற குரோட்டன்ஸ் செடி இருக்கிற தொட்டிக்குள்ளே வெச்சுட்டுப் போறேன். நீ வந்து சாவியை எடுத்துக்க...''

''என்னது! சாவியை குரோட்டன்ஸ் செடி தொட்டிக்குள்ளே வெச்சுட்டுப் போறியா?'' மான்யா செல்போனில் பேசிக் கொண்டு இருக்கும் போதே இனியனின் மனம் அதிர்ந்துபோயிற்று; மனதுக்குள் பதட்டமானான்.

'வீட்டுக்குள் தானே அந்த அஷ்டலட்சுமி சிலைகள் இருக்கு!'

இனியன் பரபரத்தான்.

''பார்க்கிற மாதிரியா வெப்பேன்...?''

''நாங்க உடனே புறப்பட்டு வர்றோம். நீ வீட்லயே இரு... சாவி கொடுத்தப்புறம் நீ ஹோட்டலுக்குப் போ.''

''ஸாரி மான்யா... நான் இப்ப கிளம்பிப் போனாத்தான் 'அலுமினி ஈவன்ட்'ல பார்ட்டிஸிபேட் பண்ண முடியும். சாவியை குரோட்டன்ஸ் தொட்டியிலிருந்து எடுத்துக்கோ... நான் ஹோட்டலில் இருந்து திரும்ப எப்படியும் பத்து மணிக்கு மேலாயிடும். நீயும் இனியனும் செட்டிநாடு மெஸ்ஸுக்குப் போய் டின்னரை முடிச்சுக்குங்க நான் வர்ற வரைக்கும் டி.வி. பாருங்க!'' மறுமுனையில் பல்லவி படபடவென்று பேசிவிட்டு இணைப்பைத் துண்டித்துவிட மான்யா இனியனை ஏறிட்டாள். விஷயத்தைச் சொன்னதும் இனியனைப் பதட்டம் தொற்றிக் கொண்டது.

''என்னது... சாவியை குரோட்டன்ஸ் செடி தொட்டிக்கு உள்ளே வெச்சுட்டுப் போறாளா?''

''மொதல்ல ஒரு ஆட்டோவையோ டாக்ஸியையோ நிறுத்துவோம். வீடு போய் சேர்வோம்...''

தெரு முனைக்கு வந்ததும் ஒரு டாக்ஸி கிடைத்தது. இருவரும் ஏறிக்கொண்டு, போக வேண்டிய இடத்தைச் சொல்ல, டாக்ஸி நகரின் போக்குவரத்தில் கலந்து விரைந்தது.

இருபது நிமிடப் பயணம்.

அபார்ட்மெண்ட்டின் பிரதான 'கேட்'டுக்கு முன்பாய் டாக்ஸியை நிறுத்தி மீட்டர் பார்த்து பணத்தைக் கொடுத்துவிட்டு வேகவேகமாய் பல்லவியின் ஃப்ளாட்டை நோக்கிப் போனார்கள். கதவுக்கு முன்புறமாய் இருந்த தொட்டிக்குள் கையை நுழைத்து தேட அந்த சாவி கீ செயினோடு கோர்க்கப்பட்டு கைக்குக் கிடைத்தது.

மான்யா கதவின் சாவி துவாரத்திற்குள் சாவியை நுழைத்துத் திருக அது 'ப்ளக்' என்ற சத்தத்தோடு திறந்து கொண்டது. இருவரும் உள்ளே நுழைந்தார்கள்.

இனியன் இடது பக்கச் சுவரில் இருந்த சுவிட்சைத் தேய்க்க 'ஸ்லிம் ட்யூப் லைட்' ஒன்று மின்சாரத்தைச் சாப்பிட்டு ஒளிர்ந்தது.

ஹால் முழுவதும் வெளிச்சம் நிரம்ப -

மான்யா தன்னுடைய அறையை நோக்கி நகர முயல, இனியன் பதட்டமாய் குரல் கொடுத்தான்.

''மா...மா...மான்யா...அ...அங்கே பாரு!''

மான்யா திரும்பினாள்.,

''எங்கே?''

''சோபாவைப் பாரு!''

மான்யாவின் பார்வை சோபாவின் பக்கம் திரும்பியது.

விழிகள் 'ஸ்லோ மோஷனி'ல் பயத்தில் நிரம்பியது.

பல்லவி சோபாவில் மல்லாந்து விழுந்திருந்தாள். விழிகள் நிலைத்துப் போயிருக்க மார்பில் ஆழமாய் செருகப்பட்ட கத்தி கைப்பிடியோடு தெரிந்தது. கழுத்திலும் மார்பிலும் ரத்தம் தேங்கி உறைந்து போயிருந்தது.

◆ ◆ ◆

15

"பல்லவீ...வீ..." என்று கத்திக் கொண்டே மான்யா அவளை நோக்கிப் போக இனியன் பேயாய் அடித்துக் கொள்கிற இதயத்தோடு பின் தொடர்ந்தான்.

இருவரும் அவளருகே மண்டியிட்டு உட்கார்ந்தார்கள். மான்யா சலனமற்று இருந்த பல்லவியைப் பார்த்தாள். மான்யாவின் கண்களில் நீர் சிதறியது.

'நேற்றுவரை சிரித்துப் பேசிய பல்லவி இப்போது ரத்தம் சிந்தி சடலமாய் ...!'

மான்யா உடைந்து போய் அழ முயல, இனியன் அவளுடைய தோளைத் தொட்டான்.

"மான்யா..."

"ம்..."

"இங்கே ஏதோ தப்பு நடந்திருக்கு. நாம இந்த வீட்ல இனி இருக்கிற ஒவ்வொரு நிமிஷமும் நமக்கு ஆபத்துதான். பூட்டின வீட்டுக்குள்ளே பல்லவி செத்து கிடக்கிறான்னா வந்த கொலையாளியின் நோக்கம் அவளைக் கொல்றது மட்டும் இல்லை..."

"அப்புறம்?"

"நம்ம கிட்டே இருக்கிற அஷ்டலட்சுமி சிலைகளைப் பற்றின விவரம் யாருக்கோ தெரிஞ்சிருக்கு. அதை எடுத்துட்டு போக வந்த கொலையாளியோடு

பல்லவி போராடியிருக்கலாம். அதனால அவங்க கொலை பண்ணியிருக்கலாம்.''

''வா... மொதல்ல... சிலைகள் இருக்கான்னு பார்த்துடலாம்!''

இருவரும் வேகவேகமாய் போய் பக்கத்து அறைக்குள் நுழைந்து கட்டிலுக்கு அடியில் தள்ளி வைத்து இருந்த சூட்கேஸை வெளியே இழுத்தார்கள்.

இனியன் சூட்கேஸைப் பார்த்துவிட்டு சொன்னான்.

''பூட்டு உடைபடாமே அப்படியே இருக்கு.''

''எதுக்கும் ஓப்பன் பண்ணிப் பார்த்துடு!''

தன் சட்டைப் பையில் பத்திரப்படுத்தி வைத்திருந்த சாவியை எடுத்து இனியன் அதைப் பூட்டுக்குக் கொடுத்துத் திருப்பினான்.

பூட்டு திறந்து கொள்ள சூட்கேஸை பிளக்காத குறையாய் பிரித்தான்.

உள்ளே அடுக்கி வைத்திருந்த துணிமணிகளை பரபரவென்று பிரித்து அந்தச் சிறிய மரப்பேழையை எடுத்தான்.

அஷ்டலட்சுமி சிலைகள் அப்படியே இருந்தன. இனியன் அந்த இக்கட்டான வேளையிலும் சந்தோஷப் பார்வையோடு நிமிர்ந்தான்.

''மான்யா...! நாம பயந்தமாதிரி எதுவும் நடக்கலை. சிலைகள் அப்படியே இருக்கு...''

''அப்படின்னா... பல்லவி கொலை செய்யப்பட காரணம்?''

''தெரியலை... அது நமக்குத் தெரியவும்

வேண்டாம். முதல்ல இங்கிருந்து கிளம்புவோம்! உன்னோட ரூமுக்குப் போய் உன் லக்கேஜை எடுத்துட்டு வந்துடு…"

இனியன் சொல்லிக்கொண்டே தன்னுடைய உடமைகளை எடுத்து பேக் செய்து கொண்டு அறையினின்றும் வெளிப்பட்டான். மான்யா அவனுக்குப் பின்னாலேயே வந்தாள்.

"இனியன்!"

"என்ன?"

"பல்லவி கொலை செய்யப்பட்டு கிடக்கிற இந்த நேரத்துல நாம வீட்டை விட்டு வெளியேறினா நாளைக்குப் போலீஸுக்கு நம்ம மேல சந்தேகம் வராதா…?"

"சந்தேகம் வரும் போது பார்த்துக்கலாம். நீ மொதல்ல கிளம்பு."

இனியன் சொல்லிக் கொண்டிருக்கும்போதே வாசலில் அழைப்பு மணியின் சத்தம் கேட்டது.

இருவரும் முகங்கள் மாறி ஒருவரையொருவர் பார்த்துக் கொண்டார்கள்.

"யார்ன்னு தெரியலையே!"

"மான்யா… நீ உள்ளே போயிடு. நான் யார்ன்னு போய்ப் பார்க்கிறேன்!"

இனியன் சொல்லிக் கொண்டே வாசல் கதவை நோக்கிப் போனான். கதவை மெல்லத் திறந்து எட்டிப் பார்த்தான்.

நடுத்தர வயது நபர் ஒருவர் முடி கொட்டிவிட்ட மண்டையுடன் நின்றிருந்தார்.

"எஸ்" என்றான் இனியன்.

அவர் ஆங்கிலம் பேசினார்.

''இது மிஸ். பல்லவியோட ஃப்ளாட்தானே!''

''எஸ்.''

''அவங்க இருக்காங்களா?''

''நீங்க யாரு...?''

''அபயகுமார். சி.பி.சி.ஜ.டி. இன்ஸ்பெக்டர்.''

இனியனுக்கு வியர்த்தது. பயத்தைக் காட்டிக் கொள்ளாமல் பேசினான்.

''பல்லவி அவங்க ஆபீஸ் சம்பந்தமாய் ஏதோ அலுமினி ஈவன்ட் இருக்கிறதாய் 'ரோஸ் பெட்டல்ஸ்' ஹோட்டலுக்குப் போயிருக்காங்க.''

''ஈஸிட்?''

''ஆமா...?''

''பின்னே எதுக்காக எனக்கு அப்படி ஒரு போன் பண்ணிப் பேசணும்?''

''என்னன்னு போன் பண்ணியிருந்தாங்க?''

''தன்னோட உயிருக்கு ஆபத்துன்னு சொல்லி போலீஸ் பாதுகாப்பு கேட்டு இருக்காங்க... அது எது மாதிரியான ஆபத்துன்னு விசாரணை பண்ணத்தான் நான் வந்திருக்கேன்.''

''அப்படியா?''

''எஸ்...''

''பை...த...பை... நீங்க யாரு... பல்லவிக்கு ரிலேஷனா...?''

''இல்லை... ப்ரண்ட்ஸ்.''

''உங்கக்கிட்ட தனக்கு ஆபத்துன்னு பல்லவி சொல்லலியா...?''

''சொல்லலை.''

''உங்க பேரு...?''

''இனியன். ப்ரஸ் ரிப்போர்ட்டர். ஃப்ரம் தமிழ்நாடு...''

''இப்ப வீட்ல நீங்க மட்டும்தான் இருக்கீங்களா?''

''இல்லை... நானும் என்னோட கலீக்கும். கலீக் பேர் மான்யா... உள்ளே தூங்கிட்டு இருக்காங்க.''

''பல்லவியோட செல்போனுக்கு ட்ரை பண்ணினேன். 'நாட் ரீச்சபிள்'ன்னு வந்தது. அவங்க ஏதோ பிரச்சினையயில் இருக்காங்கன்னு நினைக்கிறேன். இந்த வீட்ல அவங்க ரூம் எதுன்னு காட்டுங்க... அங்கே ஏதாவது 'க்ளூ' கிடைக்குதான்னு பார்க்கலாம்.''

''ஸாரி ஸார்...''

''எதுக்கு ஸாரி?''

''பல்லவி வீட்ல இல்லாத நேரத்துல நான் உங்களை வீட்டுக்குள்ளே அனுமதிக்க முடியாது. நீங்க உண்மையிலேயே போலீஸ் ஆபீஸரா இல்லையான்னு எனக்கு எப்படித் தெரியும்?''

''ஸீ... மை ஐ.டி. கார்டு...'' அபயகுமார் தன் கையில் வைத்து இருந்த அடையாள அட்டையைக் காட்டினார்.

''உங்களையே நான் நம்பாத போது இந்த ஐ.டி. கார்டை எப்படி நம்ப முடியும்?''

''அப்படின்னா உண்மையான கார்டை காட்டிட வேண்டியதுதான்.'' சொன்ன அபயகுமார் தன் இடுப்பில் மறைத்து வைத்து இருந்த பிஸ்டலை எடுத்து இனியனின் நெற்றிப் பொட்டைக் குறி பார்த்தார்.

இனியன் மிரண்டு போய் பின்வாங்க அபயகுமார் உள்ளே நுழைந்தார்.

ரத்த வெள்ளத்தில் நிலைத்த விழிகளோடு, பார்வைக்குக் கிடைத்தாள் பல்லவி, அடுத்த விநாடி திடுக்கிட்டுப் போனவராய், இனியனைப் பார்த்தார்.

இனியன் வியர்வையில் குளித்து சொதசொதத்தான்.

''இவங்கதான் பல்லவியா?''

''ஆ... ஆ... ஆமா... ஸார்...!

அபயகுமார் கோணல் சிரிப்போடு கேட்டார்.

''நான் ஸ்பாட்டுக்கு வர்றதுக்குள்ளே நீயும் உன்னோட கலீக் மான்யாவும் பல்லவியைப் போட்டு தள்ளிட்டீங்க போலிருக்கு!''

''நோ...ஓ...ஓ...ஓ...ஓ...!'' என்று வீறிட்டான் இனியன்.

◆ ◆ ◆

16

புவனேஸ்வரின் போலீஸ் ஹெட் குவார்ட்டர்ஸ்.

செங்காவி பூசப்பட்ட கட்டிடத்திற்குள்ளே ஒரு அரையிருட்டான அறைக்குள் இரண்டு மர ஸ்டூல்களில் பக்கம் பக்கமாய் உட்கார வைக்கப்பட்டு இருந்தார்கள் மான்யாவும் இனியனும்.

முகங்களில் வியர்வை.

கண்களில் கலவரம்.

இனியனை அபயகுமாரும், மான்யாவை இன்னொரு பெண் போலீஸ் அதிகாரியான வைஷ்ணவி நாயக்கும் மாறி மாறி கேள்விக் கணைகளால் துளைத்து எடுத்துக் கொண்டிருந்தார்கள். கேள்விகளில் ஆங்கிலமும் ஹிந்தியும் மாறி மாறி இடம் பிடித்தன.

''பல்லவியை இவ்வளவு கொடூரமாய் கொலை செய்து இருக்கிறீர்களே... அவள் மேல் உங்களுக்கு என்ன கோபம்?''

''பல்லவியை நாங்கள் கொலை செய்யவில்லை.''

''அவளை நீங்கள் கொலை செய்யவில்லையென்றால் நான் பல்லவியைப் பற்றி விசாரிக்க வந்தபோது என்னை வீட்டுக்குள் வராமல் ஏன் தடுத்தீர்கள்?''

''அது... வந்து...''

''ம்... சொல்லுங்கள்...''

''ஸார். நானும் சரி, மான்யாவும் சரி, பல்லவியின்

கொலைக்குக் காரணம் கிடையாது. வீணான கொலைப்பழி எங்கள் மேல் விழுந்துவிடும் என்ற பயத்தின் காரணமாய்த்தான் உங்களை நான் உள்ளே விடலை.''

''நீங்கள் சொல்வது நம்பும்படியாக இல்லையே! உங்களிடம் ஏதோ தப்பு இருக்கிறது. உண்மையிலேயே நீங்கள் இருவரும் ப்ரஸ் ரிப்போர்ட்டர்ஸ்தானா?''

''ஆமாம் ஸார்... 'கூர்மை' என்கிற இன்வெஸ்டிகேஷன் ஜர்னலுக்கு... நாங்க ரெண்டு பேருமே சீஃப் ரிப்போர்ட்டர்ஸ். உங்களுக்குச் சந்தேகமாக இருந்தால் பத்திரிகையின் எடிட்டருக்கு போன் செய்து விசாரித்துத் தெரிந்து கொள்ளுங்கள்.''

அபயகுமார் மென்மையாய் சிரித்துவிட்டு சொன்னார்.

''அவரையும் விசாரிக்கத்தான் போகிறோம். அதக்கு முன்பு நீங்க ரெண்டு பேருமே உண்மையைச் சொல்லிவிட்டால் உத்தமம்.''

''உண்மையா... என்ன உண்மை?''

''நீங்கள் இரண்டு பேரும் ப்ரஸ் ரிப்போர்ட்டர்ஸ் மட்டும் கிடையாது. அது உங்களுக்கு பார்ட் டைம் வேலை மட்டுமே. வேறு ஒரு முக்கியமான வேலை விஷயமாய்த்தான் இந்த புவனேஸ்வர்க்கு வந்து இருக்கிறீர்கள். சரியா?''

இனியனும், மான்யாவும் உள்ளுக்குள் அதிர்ந்து போனாலும் அதை முகங்களில் காட்டாமல் மௌனமாய் இருந்தார்கள். இனியன் மட்டும் அப்பாவித்தனமாய் கேட்டான்.

''வேற ஒரு முக்கியமான வேலையா?''

''ஆமாம்... நீங்கள் இங்கே வந்தது ஐஸ்வர்யப் பெருமாள் சிலையை விற்பதற்காக, சரியா?''

அபயகுமாரின் இந்த எதிர்பாராத கேள்வியால் நிலைகுலைந்துப்போன இனியன், மான்யா இரண்டு பேர்களின் வியர்வைச் சுரப்பிகளும் ஒரே விநாடியில் விழித்துக் கொண்டு செயல்பட்டது.

''என்ன ஸார் சொல்றீங்க?''

''உண்மையைச் சொல்லிட்டு இருக்கிறேன். ஐஸ்வர்யப் பெருமாள் சிலையை ஏழு கோடி ரூபாய்க்கு சங்கர் ஜோஷி என்ற நபர்க்கு விற்றது உண்மையா பொய்யா?''

''பொய்...! சங்கர் ஜோஷி என்ற பெயரில் எங்களுக்கு யாரையும் தெரியாது. நாங்கள் எந்தச் சிலையையும் யாருக்கும் விற்கவில்லை.''

''அப்படின்னா, சங்கர் ஜோஷி எங்ககிட்டே பொய் சொன்னாரா...?'' என கேட்டவுடன், இனியன் - மான்யா திடுக்கிட்டு பரஸ்பரம் பார்த்துக்கொண்டனர்.

''அதோ ஜோஷி!'' அபயகுமார் இடது பக்கமாய் கையைக் காட்ட இனியனும் மான்யாவும் திரும்பிப் பார்த்தார்கள்.

சங்கர் ஜோஷி காக்கி யூனிஃபார்மில் நிரம்பி அந்த அறையின் கதவுக்குச் சாய்ந்தபடி ஒரு புன்முறுவலோடு நின்றிருந்தார்.

இனியன் அதிர்ச்சியில் நிலைத்த விழிகளோடு தன்னையும் அறியாமல் எழுந்து நின்றான்.

சங்கர் ஜோஷி மெதுவாய் நடைபோட்டு இனியனை நோக்கி வந்து அவன் தோளில் கையை வைத்து நல்ல தமிழில் பேசினார்.

''என்ன அப்படி பார்க்கிறே இனியன்? நான் போலீஸின் 'க்யூ' ப்ராஞ்சில் வேலை பார்த்தாலும், உன்னை மாதிரியான சிலைத் திருடர்களை மோப்பம் பிடிக்கிறதுக்காக பார்ட் டைமாய் சிலை கடத்தல் பேர்வழியாய் டிபார்ட்மெண்ட்டின்

அனுமதியோடு வெளியுலகத்துல வலம் வந்துகிட்டு இருக்கேன். இப்படி நான் மட்டும் இல்லை. க்யூ ப்ராஞ்சில் இருக்கிற இன்னும் சில பேர் இப்படியொரு வேலையை பார்ட் டைமாய் பார்த்துட்டு இருக்காங்க. சிலைத் திருட்டுகளில் சம்பந்தப்பட்ட நபர்களை உரசிப் பார்த்து கொஞ்சம் கொஞ்சமாய் அவர்களோடு தொடர்பை ஏற்படுத்திக்கிட்டு பிசினஸ் பேசுவோம். அப்படி பிசினஸ் பேசினதுல மாட்டிக்கிட்டவர்தான் உங்க எடிட்டர் வீரராகவன். இருபது கோடி ரூபாய்க்கு ஐஸ்வர்யப் பெருமாள் சிலையை வாங்கிக்கறேன்னு நான் தகவல் கொடுத்ததும் அவர் உங்க ரெண்டு பேரையும் என்னோட இருப்பிடத்துக்கு அனுப்பி வெச்சார். சிலை கைமாறினதும் உண்மை. பணம் கைமாறினதும் உண்மை. அது அரசு பணம். அதை மறுபடியும் உங்க எடிட்டரோட வங்கிக் கணக்கில் இருந்து எப்படி எடுக்கிறதுன்னும் எங்களுக்குத் தெரியும்.''

பொறிக்குள் மாட்டிக்கொண்ட எலிகளைப் போல் இனியனும், மான்யாவும் தவிக்க சங்கர் ஜோஷி உட்கார்ந்தார். முன்னால் ஒரு நாற்காலியை இழுத்துப் போட்டுக் கொண்டு உட்கார்ந்தார்.

''இப்போ... உங்கள் ரெண்டு பேருக்கும் எல்லாமே தெளிவாய்ப் புரிந்திருக்கும்ன்னு நினைக்கிறேன். இனி உண்மையைப் பேசலாமா?''

''என்ன உண்மை ஸார்!''

''பல்லவியை எதுக்குக் கொலை பண்ணீங்க?''

இனியன் கண்களில் முதல்தடவையாய் கண்ணீரின் பளபளப்பு.

''ஸ...ஸார்... ப்ளீஸ்! நாங்க சொல்றதை நம்புங்க... பல்லவி மான்யாவோட ஃப்ரெண்ட் ஸார். நல்ல பெண்,

இந்த புவனேஸ்வர்ல நாங்க தங்கிக்க இடம் கொடுத்த பெண். பல்லவியை நாங்க எதுக்காகக் கொலை செய்யணும்?''

''அதைத்தான் நானும் கேக்கறேன். நீங்க பல்லவியை கொலை செய்யலைன்னா வீடு தேடி வந்த அபயகுமாரை ஏன் உள்ளே வராமே தடுத்து நிறுத்தினீங்க...?''

''ஸார்... அது...வந்து... வந்து...'' இனியன் தயங்கித் தயங்கி குரலை இழக்க மான்யா அழுகையோடு குறுக்கிட்டாள்.

''இனியன்...! இனியும் எதையும் மறைக்க வேண்டாம்... நம்மைப் பற்றியும், நடந்த சம்பவங்கள் எல்லாவற்றையும் சொல்லிடுவோம். அதுதான் நமக்கு நல்லது.''

''நீயே சொல்லிடு மான்யா!''

மான்யா கண்களில் வழிந்த நீரைத் தன் கையில் இருந்த கர்ச்சீப்பால் ஒற்றிக் கொண்டு பேச ஆரம்பித்தாள்.

''ஸார்... பல்லவியைக் கொலை பண்ணினவங்க யார்ன்னு எனக்கும் சரி, இனியனுக்கும் சரி தெரியாது. ஆனா காரணம் எதுவாக இருக்கும்னு என்னால சொல்ல முடியும்.''

''என்ன காரணம்?''

''எங்ககிட்ட இருக்கிற அரிதான அஷ்டலட்சுமி சிலைகள். பெருவிரல் அளவே இருக்கும் அந்தச் சிலைகள் 50 கோடி ரூபாய் அளவுக்கு மதிப்பானவை. எங்ககிட்ட அந்தச் சிலைகள் இருக்கிறதைத் தெரிஞ்சுகிட்ட யாரோ ஒரு நபர் நாங்க வீட்டை விட்டு வெளியே போயிருந்தபோது வீட்டுக்கு வந்து இருக்கணும். பல்லவியைத் தீர்த்துக்கட்டின பிறகு அந்த அஷ்டலட்சுமி சிலைகளைக் கொலையாளி தேடிப் பார்த்துட்டு அது கிடைக்காம கிளம்பிப் போயிருக்கணும்...!''

''அந்தச் சிலைகள் உங்க ரெண்டு பேருக்கும் எப்படி கிடைச்சது...?''

''அது... வந்து...!'' மான்யா தயங்க, இனியன் தொடர்ந்து பேச ஆரம்பித்தான்.

''அந்த அஷ்டலட்சுமி சிலைகள் சுபாஷ் கபூர் என்கிற ஒரு சிலை கடத்தல் வியாபாரி வீட்ல கிடைச்சது ஸார்.''

அபயகுமாரும் சங்கர் ஜோஷியும் பரஸ்பரம் பார்த்துக் கொண்டார்கள்.

''இரண்டு நாட்களுக்கு முன்னால் லோகமான்யா அவென்யூவில் கத்தியால் குத்தப்பட்ட இறந்து போன ஆள்தானே?''

''ஆமா... ஸார்....''

''அவன் கூட இன்னொரு ஆளும் சுடப்பட்டு அதே ஸ்பாட்ல செத்துக் கிடந்தானே?''

''ஆமா... ஸார். அந்த சம்பவம் நடந்தபோது நானும் மான்யாவும் அந்த இடத்துலதான் இருந்தோம். துப்பாக்கி வெடிக்கிற சத்தம் கேட்டு மேலே போய்ப் பார்த்தோம். ரெண்டு பேரும் செத்து கிடந்தாங்க. அந்த இடத்துலதான் இந்த அஷ்டலட்சுமி சிலைகள் கிடைச்சது. எடுத்துட்டு வந்துட்டோம்...!''

''உங்ககிட்ட இந்தச் சிலைகள் இருக்கிற விஷயம் தெரிஞ்ச யாரோ ஒரு நபர் நீங்க இல்லாத நேரமாய் பார்த்து பல்லவி வீட்டுக்கு வந்திருக்கான்.''

''அதுதான் ஸார்.'

''அப்படியெல்லாம் யாரும் வரலை.''

''என்ன ஸார் சொல்றீங்க?''

''கொஞ்சம் திரும்பி அறையோட வலதுபுறமாய் இருக்கிற பீரோ பக்கமாய் பாருங்க...!''

இனியனும் மான்யாவும் அதிர்ந்துபோனவர்களாய் திரும்பிப் பார்த்தார்கள்.

பீரோவின் பின்பக்கமிருந்து நிதானமான நடையில் வெளிப்பட்டாள் பல்லவி. இரண்டு பேரையும் பார்த்த பார்வையில் வெறுப்பு தெரிந்தது.

மான்யா எழுந்து பேச முயல, பல்லவி அவளை கையமர்த்திவிட்டு அந்த இடத்தை விட்டு வேகமாய் நகர்ந்தாள்.

சங்கர் ஜோஷி மான்யாவை ஏறிட்டார்.

''பல்லவி உங்ககிட்ட பேசமாட்டாங்க... இப்ப மட்டும் இல்லை... இனி எப்பவுமே பேசமாட்டாங்க. உங்க ரெண்டு பேரையும் தன்னோட வீட்ல தங்க வெச்சது பெரிய பாவம்னு நினைக்கிறாங்க. பல்லவிக்கு உண்மையிலேயே நீங்க ரெண்டு பேரும் சிலை கடத்தலில் சம்பந்தப்பட்டவங்கிற விஷயம் ஒரு பர்சன்ட் கூட தெரியாது. நான் சொல்லித்தான் தெரியும். உங்ககிட்டயிருந்து எல்லா உண்மைகளையும் வரவழைக்கணும்னா உங்க ரெண்டு பேரையும் கொலைப்பழியில் மாட்டி இப்படி உட்கார வெச்சு விசாரிச்சால்தான் முடியும்னு நினைச்சு நான் ஒரு திட்டம் போட்டேன். பல்லவி கிட்டே திட்டத்தைச் சொன்னபோது அவங்க நானே கொலைசெய்யப்பட்ட பெண்மாதிரி நடிக்கிறேன்னு சொன்னாங்க. தத்ரூபமாய் அப்படியே நடிக்கவும் செஞ்சாங்க...!''

மான்யா சொன்னாள்.

''ஸார்! பல்லவி கொலை செய்யப்படலை. உயிரோடு இருக்கிறா என்கிற விஷயமே எங்களுக்குப் பெரிய சந்தோஷம்!''

''ரொம்பவும் சந்தோஷப்பட்டுக்க வேண்டாம் மான்யா. நீயும் இனியனும் இன்னொரு பிரச்சினையிலிருந்து தப்பிச்சு வெளியே வரமுடியாது…!''

அவர்கள் இருவரும் குழப்பமாய் பார்க்க சங்கர் ஜோஷி தொடர்ந்தார்.

''அந்த அஷ்டலட்சுமி சிலைகளுக்காக நீங்க ரெண்டு பேரும் சேர்ந்து சுபாஷ் கபூரையும், திருமலைச்சாமியையும் ஏன் கொலை செய்து இருக்கக்கூடாது…?''

''ஸ…ஸ…ஸார்!'' இருவரும் பயத்தில் உறைந்து போக சங்கர் ஜோஷி இறுக்கமான முகத்தோடு சொன்னார்.

''நீங்க கொலையாளிகளா… இல்லை நிரபராதிகளான்னு எனக்குத் தெரியாது. ஆனா கேஸ் முடிஞ்சு தீர்ப்பு வரைக்கும் நீங்க ரெண்டு பேரும் புவனேஸ்வர் ஜெயிலில்தான் இருக்கணும்… பஞ்சலோக சிலைகளைக் கடத்தறது உங்களுக்கு வேணும்ன்னா அது ஒரு தொழிலாய் இருக்கலாம். ஆனா என்னைப் பொறுத்தவரைக்கும் அது ஒரு 'பஞ்சமாபாதகம்' ''

◆ ◆ ◆

அரபிய ரோஜா

சென்னையின் பிரதான சாலையில் ஒரு பிரம்மாண்ட கண்ணாடிச் செவ்வகம் போல் நின்றிருந்த மைக்ரோ ஃப்ளைஸ் கட்டிடத்தின் ஏழாவது மாடி.

கணினிக்கு முன்பாய் உட்கார்ந்து மென்பொருள் புரோகிராம் ஒன்றைச் சரிபார்த்துக்கொண்டிருந்த மஹிமாவை இண்டர்காம் போன் முணுமுணுப்பாய்க் கூப்பிட்டு அவளுடைய கவனத்தை ஈர்த்தது.

ரிஸீவரை எடுத்து வலது காதுக்கு இதமாய் ஒற்றினாள்.

''யெஸ்...''

மறு முனையில் கம்பெனியின் எக்ஸிக்யூட்டிவ் டைரக்டர் கௌசிக் சின்ன சிரிப்போடு கேட்டார்.

''என்னம்மா மஹி... பிஸியாய் இருக்கே போலிருக்கே. எனக்கு ஒரு பத்து நிமிஷம் அப்பாய்ன்மென்ட் கொடுக்க முடியுமா?''

கௌசிக் எப்போதுமே இப்படித்தான். கம்பெனியின் ஆணிவேரே அவர்தான் என்றாலும் தன்னிடம் வேலை பார்ப்பவர்களிடம் ஏதேனும் பேச வேண்டுமென்றால் அப்பாய்ன்ட்மென்ட் கேட்பது அவருடைய தனிப்பட்ட பண்புகளில் ஒன்று.

மஹிமா பதற்றமாகி எழுந்தாள்.

''இதோ... இப்பவே புறப்பட்டு வர்றேன் சார்.''

''வாம்மா... வெயிட் பண்றேன்.''

மஹிமா கணினித் திரையை இருட்டாக்கிவிட்டு அறையிலிருந்து வெளிப்பட்டு, நீளமான கிரானைட் வராந்தாவில் நடந்து கெளசிக்கின் அறையை நோக்கிப் போனாள். கண்ணாடிக் கதவை நெருங்கியபோது உள்ளே ஐம்பது வயதின் விளிம்பில் இருந்த கெளசிக், மஹிமாவைப் பார்வையில் வாங்கியதும் தலைக்கு மேல் இடது கையை உயர்த்தி உள்ளே வரச் சொன்னார். மஹிமா கதவைத் திறந்துகொண்டு உள்ளே போனாள்.

நீல நிற ஃபுல்சூட்டுக்குக் கச்சிதமாய்ப் பொருந்தியிருந்த கெளசிக் தனக்கு முன்பாய் நாற்காலியைக் காட்டினார்.

''உட்காரம்மா...!''

மஹிமா உட்கார்ந்ததும் தன் கையில் வைத்து இருந்த ஒரு ஃபைலை நீட்டிக்கொண்டே சொன்னார். முகத்தில் ஒரு டன் பெருமிதம்.

''மஹிமா... அந்த துபாய் ப்ராஜெக்ட் நம்ம கைக்கு வந்தாச்சு. நூறு கோடி ரூபாய் ப்ராஜெக்ட் கையை விட்டுப் போயிருமோன்னு நினைச்சேன். ஆனா அது நம்ம மடியிலேயே விழுந்துடுச்சு...!''

மஹிமாவின் பெரிய கயல் விழிகள் வியப்பில் மேலும் பெரிதாயிற்று. ''சார்... ரியலி... ஆஸம்... நான் எதிர்பார்க்காத சந்தோஷம் இது.''

''இந்த ப்ராஜெக்ட் நமக்குக் கிடைச்சதுக்குக் காரணம் முழுக்க முழுக்க நீ அதுக்காக எடுத்துக்கிட்ட முயற்சிகள்தான். சின்சியார்ட்டி, ஹார்டு வொர்க் அண்ட் டெடிகேஷன் வில் பி ரிவார்ட்டுனு

சொல்வாங்க... அதுக்கான சரியான உதாரணம் நீதாம்மா...!''

''சார்... நீங்க என்ன சொன்னீங்களோ அதைத்தான் நான் பண்ணினேன்... அதுவுமில்லாமே எனக்குக் கீழே இருந்து ஒரு டீமும் இந்த ப்ராஜெக்ட்டுக்காக ராத்திரியும் பகலுமாய் உழைச்சிருக்காங்க... வி மஸ்ட் தேங்க் தெம்.''

''ஷ்யூர்... அதுக்கான ஏற்பாட்டை ரெண்டு நாள்ல பண்ணிடுவோம். அதுக்கு முன்னாடி நாம ஒரு விஷயத்தை கன்ஃபர்ம் பண்ணிக்கணும்.''

''என்ன சார்?''

''அடுத்த வாரத்துக்குள்ளே நீ துபாய் புறப்படணும்.''

மஹிமாவின் அழகிய நெற்றி ஆச்சரிய வரிகளுக்கு உட்பட்டது.

''நான் துபாய் புறப்படணுமா...?''

''ஆமாம்மா... இந்த ப்ராஜெக்ட்ல ஆரம்பத்திலிருந்து ஆர்வம் காட்டி வந்தது நீதான். அதுக்காக நிறைய ஹோம்வொர்க் பண்ணி அது சம்பந்தப்பட்ட ஃபைலை அல்-அராஃபத் டெக்னாலஜிஸ் பீப்பிளுக்கு அனுப்பிவெச்சு அதை க்ளோஸாய் ஃபாலோஅப் பண்ணி எனக்கு ஃபீட்பேக் கொடுத்ததும் நீதான். ஸோ இந்த ப்ராஜெக்ட்டை நாம் வெற்றிகரமாய் செயல்படுத்தணும்னா நீ துபாய்க்குப் போய் ரெண்டு வார டிரெய்னிங் கோர்ஸை முடிக்கணும். அதை நான் சொல்லலை. துபாயில் இருக்கிற அல்-அராஃபத் டெக்னாலஜிஸ் பீப்பிளே டாக்குமென்டேஷன் பேப்பர்ல மென்ஷன் பண்ணிருக்காங்க. அவங்க அனுப்பியிருக்கிற ப்ராஜெக்ட் ஃபைலை ஒரு தடவை பார்த்துக்கும்மா. அப்பதான் டீடெய்ல்ஸ் எல்லாம் தெரியும்...!''

''சார்... அது ... வந்து...''

''ஏம்மா தயங்கறே...!''

''அது ஒண்ணுமில்ல சார்... இந்த கம்பெனியில் என்னைவிட சீனியர்ஸ் நிறையப் பேர் இருக்காங்க... அவங்களையெல்லாம் ஓவர்கம் பண்ணியபடி நான் எப்படி சார்?''

கௌசிக் ஒரு புன்னகையோடு கையமர்த்தினார்.

''இதோ பாரும்மா... இந்த கம்பெனியில் உன்னைவிட சீனியர்ஸ் இருக்காங்க. நான் ஒப்புக்கறேன். ஆனா, அவங்க உன்னைவிட டேலன்ட்டடா இல்லையே... துபாய்க்கு யார் போகணும்ம்னு முடிவு பண்ண வேண்டியது நான். அந்த ப்ராஜெக்ட் நமக்கு கிடைச்ச அடுத்த விநாடியே அங்கே நடக்கிற டிரெய்னிங் கோர்ஸுக்கு உன்னைத்தான் அனுப்பறதுன்னு முடிவு பண்ணிட்டேன். உனக்கு துபாய் போக விருப்பம்தானே மஹிமா...!''

''விருப்பம்தான் சார். ஆனா... அதுல ஒரு சின்ன பிரச்சனை...!''

''என்ன பிரச்சனை?''

''சார்... எனக்குக் கல்யாணம்... கல்யாணம் நிச்சயமாகியிருக்கிற விஷயம் உங்களுக்குத் தெரியும்ன்னு நினைக்கிறேன்.''

''தெரியாம என்னம்மா... நானும் உன்னோட நிச்சயதார்த்தத்துக்கு வந்திருந்தேனே? உனக்குப் பார்த்திருக்கிற மாப்பிள்ளை கனடாவில் டெபுடேஷனை முடிச்சிட்டு வர்றதுக்கு இன்னும் மூணு மாசம் இருக்கிறதால, கல்யணத்தையும் தள்ளி வெச்சு, ஜூன் நாலாம் தேதி ஃபிக்ஸ் பண்ணியிருக்காங்க... இப்ப நான் சொன்ன தகவல்கள் எல்லாம் சரிதானே... மாப்பிள்ளையோட பேரை

மட்டும் மறந்துட்டேன்.''

''சகாதேவ்'' என்றாள் மஹிமா.

''யெஸ்... யெஸ்...! சகாதேவ்... நீ துபாய் போகப்போகிற விஷயத்தை அவர்கிட்டே சொன்னா அவர் சைடிலிருந்து ஏதாவது அப்ஜக்‌ஷன் வரும்னு நினைக்கறியாம்மா...?''

''தெரியலை சார்... நான் அவர்கிட்டே பேசிப் பார்க்கணும். வீட்ல அப்பா, அம்மாகிட்டே சொன்னா அவங்க பக்கம் இருந்து எதுமாதிரியான ரியாக்ஷன் வரும்னு தெரியலை.''

''இதோ பாருமா மஹி... நமக்குக் கிடைச்சிருக்கிற இந்த ப்ராஜெக்ட் ஒரு வரம். அல்-அராஃபத் சாதாரண கம்பெனியில்லை. ஐக்கிய அரபு நாடுகளில் அதுதான் நம்பர் ஒன் ஐ.டி. பார்க். இது ஒரு ஹைடெக் ப்ராஜெக்ட். அதுக்கு அவங்க வெச்சிருக்கிற பேர் என்ன தெரியுமா, 'ஏன் அரேபியன் ரோஸ்.' தமிழில் சொல்லணும்னா அரேபிய ரோஜா. பாலைவனத்தில் ரோஜா பூக்கிற மாதிரி இது ஒரு அதிசய ப்ராஜெக்ட். நீ மட்டும் துபாய் போய் ரெண்டு வார டிரெய்னிங்கை முடிச்சிட்டு வந்துட்டின்னா... நமக்குப் போட்டியாளர்களாய் இருக்கிற அத்தனை ஐ.டி. கம்பெனிகளையும் ஓரம் கட்டிக் கதற வெச்சுடலாம். உன்னால் மட்டுந்தான் அந்த டிரெய்னிங் கோர்ஸை சக்சஸ்ஃபுல்லா முடிச்சுட்டு வர முடியும்னு என்னோட மனசுக்குப் படுது...!''

''சார்! எனக்கு ரெண்டு நாள் டைம் குடுங்க. வீட்ல அப்பா அம்மாகிட்டே பேசணும். முக்கியமா என்னோட வுட் பி சகாதேவ்கிட்டே பேசணும்.''

''தாராளமாய் பேசிட்டு சொல்லும்மா... நான் ரெண்டு நாள் வெயிட் பண்றேன்... பட் நீ எடுக்கிற முடிவு பாஸிட்டிவாய் இருந்தா ஐ வில் பி ஹேப்பி...''

மஹிமா தலையாட்டிவிட்டு எழுந்தாள். கௌசிக்

தன் கையில் வைத்திருந்த ப்ராஜெக்ட் ஃபைலை நீட்டினார்.

"இந்தாம்மா... அந்த அரேபிய ரோஜா. டேக் ஏ வ்யூ டிப்லி!"

மஹிமா ஃபைலை வாங்கிக்கொண்டு வெளியே வந்தாள். கிடைக்காது என்று நினைத்த ஒரு ப்ராஜெக்ட்டை வெற்றிகரமாய் வாங்கிவிட்டதால் ஒரு பக்கம் சந்தோஷம் மூச்சை முட்டினாலும், இன்னொரு பக்கம் இரண்டு வார டிரெய்னிங்கை முடிக்க துபாய் போக வேண்டும் என்ற நினைப்பு அடிவயிற்றை அவஸ்தையாய்க் கலக்கியது.

யோசனையோடு நடந்து அறைக்கு வந்து நாற்காலிக்குச் சாய்ந்து, இரண்டு வாய் மினரல் வாட்டர் குடித்துவிட்டு, தன் செல்போனை எடுத்து கனடாவில் இருக்கும் சகாதேவைத் தொடர்பு கொண்டாள். மறுமுனையில் சகாதேவ் தன் குரலில் ஆச்சரியம் காட்டினான்.

"என்ன மஹி, இந்த நேரத்துக்கு போன்...! நீ ஆபீஸில் இருக்கும் போது எனக்கு போன் பண்ண மாட்டியே. இப்ப இங்கே ராத்திரி பத்தரை மணி."

"என்ன தூங்கிட்டீங்களா?"

"நோ... நோ... இப்பதான் இந்தியன் ரெஸ்டாரெண்டுக்குப் போய் டின்னரை முடிச்சுட்டு என்னோட ரூமுக்கு வந்தேன். கொஞ்ச நேரம் டி.வி. பார்க்கலாம்னு யோசனை பண்ணிட்டு இருக்கும்போதுதான் உன்னோட போன். எனிதிங் இம்பார்ட்டன்ட்?"

"யெஸ்..."

"என்ன?"

மஹிமா அரேபிய ப்ராஜெக்ட் பற்றியும், தான் துபாய் போக வேண்டியிருக்கும் என்பதைப் பற்றியும் சொல்லி

முடித்தாள். அடுத்த விநாடியே மறுமுனையில் சகாதேவ் குரல் உற்சாகத்தில் துள்ளியது.

"வாவ்! கிரேட் ஜாப் மஹி. நீ உன்னோட எக்ஸிக்யூட்டிவ் டைரக்டர் கெளசிக்கிட்டே யோசிக்க ரெண்டு நாள் டயம் கேட்டதே தப்பு. உடனடியாய் அவரோட ரூமுக்குப் போய் துபாய் போறதுக்கான ஃப்ளைட் டிக்கெட்டைக் கன்ஃபர்ம் பண்ணச் சொல்லு!"

"நிஜமாத்தான் சொல்றீங்களா?"

"இதுல பொய் சொல்ல என்ன இருக்கு மஹி...? அல்-அராஃப்த் ஒரு ஹைடெக் கம்பெனி, அந்த கம்பெனி கிட்டயிருந்து ஒரு ப்ராஜெக்ட் கிடைக்குதுன்னா... அது சாதாரண விஷயம் இல்லை. ப்ராஜெக்டோட கேஷ்ஷனே கேட்சியா இருக்கு. அரேபிய ரோஜா... நிச்சயமாய் அது ஒரு வித்தியாசமான ப்ராஜெக்ட்தான். துபாய் போக எந்த மறுப்பும் சொல்லாமே தலையை ஆட்டிடு."

"உங்க வீட்ல... என்னோட வீட்ல இருக்கிறவங்க நான் துபாய் போக அதுவும் தனியாய்ப் போக சம்மதிப்பாங்களா?"

"இதோ பார் மஹி... உன்னோட அம்மா, அப்பாவைப் பத்தியோ என்னோட அம்மா, அப்பாவைப் பத்தியோ ஒரு பர்சன்ட்கூட கவலைப்படாதே... அவங்களை கன்வின்ஸ் பண்ணி ஓ.கே. சொல்ல வைக்க வேண்டியது என்னோட பொறுப்பு... ஒரு விநாடிகூட லேட் பண்ணாதே!"

மஹிமா சந்தோஷ மழையில் நனைந்தாள். மகிழ்ச்சியில் நுரையீரல்கள் சுவாசிக்கத் திணறின.

"இதோ... இப்பவே போறேன்."

"நடக்காதே மஹி... ஓடு!"

மஹிமா செல்போனில் இணைப்பைத் துண்டித்துவிட்டு எழுந்தாள். மறுபடியும் ஒருவாய் மினரல் வாட்டரைக்

குடித்துவிட்டு அறையை விட்டு நகர முயன்ற விநாடி அதைக் கவனித்தாள்.

மேஜையின் மேல் இருந்த அவளுடைய கணினி, இயக்கத்தில் இருப்பதற்கு அறிகுறியாக அதன் திரையில் நிறங்கள் மாறிக் கொண்டிருந்தன.

'இது எப்படிச் சாத்தியம்.'

'அறையை விட்டு வெளியே போகும்போது கம்ப்யூட்டரை 'ஷட் டவுன்' செய்துவிட்டுத்தானே போனேன். யார் உள்ளே வந்து எனக்கு மட்டுமே தெரிந்த பாஸ்வேர்டைப் பயன்படுத்தி 'லாக் இன்' செய்திருப்பார்கள்?'

வியப்பும் அதிர்ச்சியுமாய் கணினியை நெருங்கினாள். திரையில் அந்தத் தமிழ் வார்த்தைகள் ரத்தச் சிவப்பு நிறத்தில் மெதுவாய் நகர்ந்து கொண்டிருந்தன.

மஹிமா!

துபாயில் ஒரு அபாயம் உதட்டில் புன்னகையோடும் கையில் 'பொக்கே' வோடும் உனக்காகக் காத்துக் கொண்டிருக்கிறது.

விபரீதத்துக்கு விசா எடுக்காதே!

✶ ✶ ✶

இருதயத் துடிப்பு தாறுமாறாய் இருக்க மஹிமாவின் நெற்றியில் வியர்வை அரும்பி, புருவங்களை நனைத்தது. மெல்ல அறையினின்றும் பின்வாங்கி அறைக்கு வெளியே வந்து நீண்ட கிரானைட் வராந்தாவை எட்டிப் பார்த்தாள்.

வராந்தாவில் யாரும் இல்லை.

பக்கத்து அறையில் புரோகிராம் ஸ்காலர் லாவண்யா இருப்பாள். மஹிமா வேகமாய் சென்று கதவைத் தள்ள, கணினிக்கு முன்பாய் உட்கார்ந்திருந்த அந்த பாப் தலை லாவண்யா திரும்பிப் பார்த்து, லிப்ஸ்டிக் பூசிய உதடுகளை வியப்பில் பிளந்து தன் சீரான பல்வரிசையைக் காட்டினாள்.

''வா... மஹி. நானே உன்னை வந்து பார்க்கணும்னு நினைச்சேன். நீயே வந்துட்டே!''

''என்ன விஷயம்?''

''ரெண்டு நாளா என்னோட கம்ப்யூட்டர்ல 'ப்ளூ ஸ்கிரீன் ஆஃப் டெத் ஸ்டேஜ்'னு எர்ரர் வருது. எனக்கு என்ன பண்றதுன்னே தெரியலை.''

''க்ரூப் ஹெட்கிட்டே சொன்னியா?''

''சொன்னேன். அவர் அப்படியா... பார்க்கலாம்னு சொல்லிட்டுப் போயிட்டார். நீதான் கம்ப்யூட்டருக்கு என்ன வியாதி வந்தாலும் அதைக் கண்டுபிடிச்சுக் குணப்படுத்துற டாக்டர். அதான் உன்னைப் பார்த்துப் பேசலாம்னு நினைச்சுட்டு இருந்தேன்... நீயே வந்துட்டே.''

லாவண்யாவுக்குப் பக்கத்தில் உட்கார்ந்தாள் மஹிமா.

''கம்ப்யூட்டர்ல ப்ளூ ஸ்கிரீன் வருதுன்னா நிச்சயமாய் உன்னோட சிஸ்டத்தின் ஹார்ட்வேர் டிசைனில் தான் ஏதோ ஒரு பிராப்ளம். அது என்னன்னு பார்த்து இன்னிக்கு சாயந்தரத்துக்குள்ளே குணப்படுத்திடலாம்.''

''தேங்க்யூ மஹி.''

''சரி... நான் இப்போ உன்னைப் பார்க்க வந்தது எதுக்காகன்னு தெரியுமா?''

''சொல்லு...''

''அரை மணி நேரத்துக்கு முந்தி நம்ம கம்பெனியோட எக்ஸிக்யூட்டிவ் டைரக்டர் கெளசிக் ஒரு ப்ராஜெக்ட் விஷயமாய்ப் பேச என்னைக் கூப்பிட்டார். நான் என்னோட ரூமை விட்டு வெளியே போகும்போது என் பர்சனல் கம்ப்யூட்டரை 'லாக் அவுட்' பண்ணிட்டுத்தான் அவரோட ரூமுக்குப் போனேன். அவர்கிட்டே பேசிட்டு மறுபடியும் என்னோட ரூமுக்கு வந்தேன். வந்து பார்த்தா ஒரு ஷாக்.''

''என்ன ஷாக்?''

''என்னோட பர்சனல் கம்ப்யூட்டரை யாரோ 'ஆன்' பண்ணி, உள்ளே போய் எதையோதேடியிருக்காங்க.''

லாவண்யா நிமிர்ந்து உட்கார்ந்தாள்.

''அது எப்படி உன்னோட பாஸ்வேர்ட் தெரியாமே உன்

கம்ப்யூட்டரை யார் வந்து ஆப்பரேட் பண்ணியிருப்பாங்க?''

''அதுக்காகத்தான் உன்கிட்டே வந்தேன். நான் ஈ.டியைப் பார்க்கப் போயிருந்தபோது என்னோட ரூமுக்குள்ளே யாராவது போனதை நீ பார்த்தாயா?''

''மஹி! நீ ஈ.டி. ரூமுக்குப் போனது எனக்குத் தெரியாது. நானும் வெளியே வரல.''

''கொஞ்சம் நல்லா யோசனை பண்ணிப் பாரு.''

''இதுல யோசனை பண்ண ஒண்ணுமில்லை மஹி. நான் கடந்த ஒரு மணி நேரமாய் இதே ரூமுக்குள்ளேதான் இருந்தேன். ரெஸ்ட் ரூமுக்குக்கூட நான் போகலை. நீ கொஞ்சம் டீப்பா திங்க் பண்ணு. ஈ.டியையப் பார்க்குறதுக்கு முந்தி கம்ப்யூட்டரை 'லாக் அவுட்' பண்ணினியா, இல்லை லாக் அவுட் பண்ணிட்டோம்ங்கிற நினைப்புல வெளியே போனியா?''

மஹி தன் நெற்றியைப் பிடித்துக் கொண்டாள். 'இனி லாவண்யாவிடம் பேசிப் பிரயோஜனமில்லை!'

எழுந்துகொண்டாள்.

''என்ன மஹி... எந்திரிச்சுட்டே!''

''நீ சொன்ன மாதிரிதான் இருக்கும்னு நினைக்கிறேன்.''

''அது சரி... நீ எதுக்காக ஈ.டி. ரூமுக்குப் போனே? அவர் சரியான காரணம் இல்லாமே யாரையும் கூப்பிட மாட்டாரே!''

'அரேபிய ரோஜா' மாதிரி முக்கியமான ப்ராஜெக்ட்களைப் பற்றி இந்த ஓட்டை வாய் லாவண்யாவிடம் சொல்லக் கூடாது.

''என்ன மஹி, பேச்சையே காணோம். என்கிட்ட சொல்லக் கூடாத விஷயமாய் இருந்தா வேண்டாம்?''

''அப்படியெல்லாம் ஒண்ணுமில்லை. வர்ற மாசம்

டெல்லியில் நடக்கப்போற ஹைடெக் செமினாருக்கு நம்ம கம்பெனியிலிருந்து ஒரு அஞ்சு பேரை அனுப்பணுமாம். யார் யாரை அனுப்பலாம்னு என்கிட்டே சஜஷன் கேட்டார். செலக்ட் பண்ணி லிஸ்ட் தர்றதாய்ச் சொல்லிட்டு வந்தேன்.''

''அந்த லிஸ்ட்ல என்னையும் சேர்த்துக்கோயேன்!''

''இது ஒன்லி ஃபார் ஜென்ட்ஸ்.'' சொல்லிவிட்டு அறையினின்றும் வெளிப்பட்டாள் மஹிமா.

'இனியும் இந்த விஷயத்தை மனசில் வைத்துக்கொண்டு அடைகாக்க முடியாது. ஈ.டி. கெளசிக்கை நேரில் போய்ப் பார்த்துச் சொல்லிவிட வேண்டியதுதான்.'

எக்ஸிக்யூட்டிவ் டைரக்டர் கெளசிக் தன் பரந்த நெற்றியை இடது கை விரல்களால் அவஸ்தையாய்த் தேய்த்துக்கொண்டே தனக்கு முன்பாய் உட்கார்ந்திருந்த மஹிமாவிடம் கலவரம் பரவிய விழிகளோடு கேட்டார்.

''நீ என்னம்மா சொல்றே? உன்னோட பர்சனல் கம்ப்யூட்டரை லாக் இன் பண்ணி, உனக்கு வார்னிங் அனுப்பியிருக்கிறார்களா?''

''ஆமா சார். இதோ கம்ப்யூட்டரில் 'ஸ்க்ராலிங்' போன வாக்கியங்களை 'வாட்ஸ் அப்'ல வீடியோ எடுத்துக் கொண்டு வந்திருக்கேன். பாருங்க சார்!'' சொன்ன மஹிமா தன் கையில் இருந்த செல்போனை கெளசிக்கிடம் கொடுக்க அவர் வாங்கி வாய்விட்டுப் படித்தார்.

''மஹிமா! துபாயில் ஒரு அபாயம் உதட்டில் புன்னகையோடும் கையில் 'பொக்கே'வோடும் உனக்காகக் காத்துக் கொண்டிருக்கிறது. விபரீதத்துக்கு விசா எடுக்காதே.''

கெளசிக் சில விநாடிகள் மெளனமாய் இருந்துவிட்டுக்

கேட்டார். ''இந்த வார்னிங்கைப் பத்தி நீ என்னம்மா நினைக்கிறே?''

''என்னால் எந்த ஒரு முடிவுக்கும் வர முடியவில்லை சார். ஒரே குழப்பமாய் இருக்கு.''

''குழப்பமா இருக்கா, பயமா இருக்கா?''

''நிறைய குழப்பம். கொஞ்சம் பயம் சார்.''

''இதோ பாரம்மா, உனக்கு மட்டும் தெரிஞ்ச 'பாஸ்வேர்ட்' வேற யாரோ ஒருத்தருக்கும் தெரிஞ்சிருக்கு. அந்த யாரோ ஒருத்தர் உனக்கு ரொம்பவும் தெரிஞ்ச நபராய்த்தான் இருக்கணும். அந்த நபர் ஆணோ பெண்ணோ யாராய் இருந்தாலும் அவங்க நோக்கம் உன்னை துபாய் போக விடாம தடுக்கறதுதான். அதாவது பொறாமை... உன்மேல இருக்கிற பொறாமை.''

''அது எனக்கும் புரியுது சார்...''

''கவலைப்படாதேம்மா. அந்த நபர் யார்னு இப்ப கண்டுபிடிச்சுடலாம்.''

''எப்படி சார்?''

''வெய்ட் அண்ட் ஸீ.'' சொன்னவர், தன் அருகே இருந்த இண்டர்காம் டெலிபோனில் ரிஸீவரை எடுத்தார் கெளசிக்.

✶ ✶ ✶

3

கெஎசிக் இண்டர்காம் ரிஸீவரைக் காதுக்கு ஒற்றிப் பதற்றப்படாமல் பேசினார்.

"தியானேஷ். நீங்க இப்ப ஃப்ரீயா, இல்லை பிஸியா?"

"ஃப்ரீதான் ஸார்."

"சரி... நம்ம கம்பெனியில் சி.சி.டி.வி. கேமரா சர்வைலன்ஸ் கேபினுக்குப் போய் 'இன்கேமரா டிப் வ்யூ ஃப்புட்டேஜை டி.வி.டியில் கலெக்ட் பண்ணிட்டு வாங்க. வெரி வெரி அர்ஜெண்ட் நீட்!"

"எஸ் ஸார்... ஒரு பத்து நிமிடத்துக்குள்ளே அங்கே இருப்பேன்!"

"தட்ஸ் குட். பை த பை ஒரு விஷயம்."

"சொல்லுங்க ஸார்."

"நீங்க என்னைப் பார்க்க வர்றது யார்க்கும் தெரிய வேண்டாம். அதையும் மீறி யாராவது உங்களை ஃபாலோ பண்ண மாதிரி தெரிஞ்சா அந்த நபர் யார்ன்னு நோட் பண்ணுங்க!"

"ஷ்யூர் ஸார். பை த பை... லெட் மீ நோ த ரீஸன்.

நம்ம கம்பெனியோட செக்யூரிட்டி ப்ரோக்ராமில் ஏதாவது பிரச்சனையா ஸார்?''

''பிரச்சனை இருக்கப் போய்தான் தியானேஷ் உங்களை வரச் சொல்றேன். நான் சொன்னது ஞாபகம் இருக்கட்டும். நீங்க என்னைப் பார்க்க வர்றது யார்க்கும் தெரியவேண்டாம்.''

''எஸ் ஸார்.''

ரிஸீவரை அதன் இடத்தில் அமர்த்தினார் கெளசிக். மஹிமா குழப்பத்தோடு கேட்டாள்.

''ஸார்... தியானேஷ் நம்ம கம்பெனியின் செக்யூரிட்டி இன்ஜினியர். அவர் இந்த விஷயத்தில் நமக்கு எப்படி உதவப்போகிறார்?''

கெளசிக்கின் சதைப்பிடிப்பு இல்லாத உதடுகளில் ஒரு புன்னகைக் கீற்று தோன்றியது.

''மஹிமா! இந்தக் கம்பெனியில் சில ரகசியப் பாதுகாப்பு ஏற்பாடுகள் இருக்கிற விஷயம் போர்டு டைரக்டர்ஸ்க்கு மட்டுமே தெரியும். அதுல ஒரு ரகசிய ஏற்பாடுதான் நான் கொஞ்ச நேரத்துக்கு முன்னாடி சொன்ன 'இன் கேமரா டீப் வ்யூ ஃபுட்டேஜ்.' இந்த டிவைஸோட விலை இருபது லட்சம். சி.சி.டி.வி கேமராக்கள் இருந்தாலும் அதெல்லாம் பெரும்பாலான நாட்கள் வேலை செய்யறதில்லை. அப்படியே வேலை செஞ்சாலும் அதை ஜாமர் வெச்சு முடமாக்குகிற நபர்களும் இருக்காங்க. அப்படிப்பட்ட நபர் ஒருத்தர்தான் உன்னோட அறைக்குள்ளே நுழைந்து உன் பி.சி.யை ஆப்பரேட் பண்ணியிருக்கணும். இந்த இன் கேமரா டீப் வ்யூ ஃபுட்டேஜைப் போட்டுப் பார்த்தா ஆள் யார்ன்னு தெரிஞ்சுடும். தியானேஷ்கிட்டதான் அந்த ஃபுட்டேஜ் இருக்கும். பொதுவா இதையெல்லாம் வாரத்துக்கு ஒரு தடவை சனிக்கிழமை அன்னிக்கு சாயந்திரம் போர்டு டைரக்டர்ஸ் போட்டுப் பார்ப்போம். அதுல இந்த கம்பெனிக்கோக உண்மையாய்

உழைக்கிறவங்க யாரு, வேலை பண்றது மாதிரி நடிக்கிறவங்க யாருங்கறதை ட்ரேஸ்அவுட் பண்ணி ப்ராக்ரஸ் அண்ட் ப்ரமோஷன் லிஸ்ட் ப்ரிப்பேர் பண்ணுவோம்.''

கெளசிக் சொல்லிக்கொண்டிருக்கும்போதே அறைக்கதவு மெலிதாய்த் தட்டப்பட்டது.

''கெட் இன்.''

கெளசிக் குரல் கொடுத்ததும் அந்த தியானேஷ் கதவைத் தள்ளிக்கொண்டு உள்ளே வந்தார். நடுத்தர வயது. முன் மண்டை ரோமம் கொட்டி மினுமினுத்தது. சாம்பல் நிற ஃபுல்சூட் அணிந்து, பொருத்தமில்லாத நிறத்தில் டையைக் கட்டியிருந்தார். கையில் ஒரு ப்ரீஃப் கேஸ்.

''உட்கார்ங்க தியானேஷ்.''

தியானேஷ் முகம் முழுவதும் பரவிய கலவரத்துடன் நாற்காலிக்கு உடம்பைக் கொடுத்தபடியே கேட்டார்.

''ஸார் எனிதிங் இம்பார்டண்ட்?''

''ஸே... சீரியஸ்?''

''ஸார்...''

''அம்மா மஹி... தியானேஷுக்கு விவரம் சொல்லு.''

மஹிமா சில நிமிடங்களைச் செலவழித்து, நடந்ததைப் பற்றிய எல்லா விவரங்களையும் சொல்லி முடிக்க, தியானேஷின் நெற்றிப் பரப்பு ஒரு வியர்வைப் பூச்சுக்கு உட்பட்டு மினுமினுத்தது. கெளசிக்கை ஏறிட்டார்.

''ஸார்... மிஸ் மஹிமாவின் அறைக்குள்ளே போய் அவரோட பர்சனல் பி.சியை ஓப்பன் பண்ணினது யார்ன்னு இப்பப் பார்த்துடலாம். மொதல்ல சி.சி.டி.வி. கேமரா பதிவுகளைப் பார்த்துவிட்டு அடுத்தபடியா இன் கேமரா டீப் வ்யூவுக்குப் போயிடலாம் ஸார்'' சொன்ன தியானேஷ்

தன்னுடைய ப்ரீஃப்கேஸைத் திறந்து உள்ளே இருந்த இரண்டு டி.வி.டிகளை எடுத்தார். சி.சி.டி.வி. ஃபுட்டேஜ் டி.வி.டியைக் கணினிக்குக் கொடுத்துப் பார்த்துவிட்டு வெகுவாய் முகம் மாறினார்.

''ஸார்... மிஸ் மஹிமாவோட அறைக்குள்ளே வந்த நபர் இன்விஸிபிள் ஜாமரை யூஸ் பண்ணியிருக்கணும். எந்த மூவ்மெண்ட்டும் இல்லை.''

''எனக்கும் அந்த சந்தேகம் இருந்ததாலதான் உங்களை இன் காமிரா டீப் வியூ ஃபுட்டேஜைக் கொண்டுவரச் சொன்னேன். அதைப் போட்டுப் பாருங்க. ஆள் யார்ன்னு நிச்சயம் தெரிஞ்சிடும்.''

மூன்று பேரின் பார்வைகளும் குத்தீட்டியாய் மாறிக் கணினித் திரையில் பதிந்தன. மஹிமாவின் அறை தெளிவாய் தெரிந்தது. லெதர் குஷன் நாற்காலி. நீளமான ரெட்வுட் மேஜை. அதன் மேல் கணினி. அறையின் வடகிழக்கு மூலையில் கண்ணாடி உடம்பாலான நீர்ச் சுத்திகரிப்புக் கருவி. இடது பக்கச் சுவரின் ஷெல்ஃபில் ஹைடெக் விஷயங் களோடு கணினிப் புத்தகங்கள். "Latest Computer Technology News And Highlights in India" என்று ஒரு புத்தகத்தின் அட்டை நீளமாய்ப் பெருமை பேசியது.

மஹிமாவின் முகம் வியர்வையில் இருக்க, இருதயம் இடிச் சத்தத்தோடு கூடிய ஆகாயமாய் மாறியிருந்தது.

'அறைக்குள்ளே வரப்போவது யார்?'

'ஆணா... பெண்ணா?'

'எனக்குத் தெரிந்த நபரா, தெரியாத நபரா?'

மஹிமா விழி இமைக்காமல் பார்த்துக்கொண்டு இருக்கும்போது கதவை யாரோ தள்ளித் திறப்பது தெரிந்தது.

தியானேஷ் பதற்றமானார்.

''ஸார்... யாரோ உள்ளே வர்றாங்க.''

கௌசிக்கின் பார்வையும் ஒரு லேசர் கதிராய் மாறியது.

அறையின் கதவு மெல்ல உள்வாங்கியது. முழுவதுமாய்த் திறந்துகொண்டது.

அறைக்கு வெளியே யாரும் இல்லை.

''என்ன ஸார்... யாரையும் காணோம்?''

தியானேஷ் திகைத்துப்போய்க் கேட்டுக் கொண்டு இருக்கும்போதே அறையின் வாசலில் சிவப்புக் கோடு ஒன்று உற்பத்தியாகி, அறைக்குள் அங்கும் இங்குமாய்ப் பாய்ந்து அலைந்தது. பார்த்துக் கொண்டிருக்கும் போதே அறையில் இருந்த ஒவ்வொரு பொருளும் சிவப்பு வண்ணத்துக்குள் மூழ்கி மறைந்தன.

சரியாய் ஒரு நிமிஷம்.

மஹிமாவின் ஒட்டுமொத்த அறையும் சிவப்பு மயம்.

தியானேஷ் நடுக்கமாய் எழுந்து நின்றார். அவர் உதட்டினின்றும் வார்த்தைகள் பயத்துடன் உதிர்ந்தன.

''ஸார்... திஸ் ஈஸ் சம்திங் அப்நார்மல்.''

✷ ✷ ✷

'ஸா ர்... திஸ் ஈஸ் சம்திங் அப்நார்மல்' என்று சொன்ன தியானேஷை மஹிமாவும் கெளசிக்கும் நடுங்கும் பார்வையோடு ஏறிட்டார்கள்.

"தியானேஷ்... வாட் டூ யூ மீன்...!"

"ஸார் திஸ் ஸீம்ஸ் டு பி சி.ஜ.ஆர்."

"நீங்க என்ன சொல்லவர்றீங்கன்னு எனக்குப் புரியலை."

மஹிமாவின் கம்ப்யூட்டர் திரையினின்றும் பார்வையை நகர்த்திக் கொள்ளாமலேயே தியானேஷ் பேசினார்.

"ஸார்... மஹிமாவோட அறை முழுவதும் இப்படி சிவப்பு மயமாய் இருப்பதற்குக் காரணம் இன்ஃப்ராரெட் கதிர்கள். இதுவும் ஒருவகையான சி.சி.டி.வி. காமிரா ஜாமர்தான். இது மாதிரியான ஜாமர்கள் வெளிநாடுகளில்தான் இருக்கும்... இந்த ஜாமரை 'சி.ஜ.ஆர்.'ன்னு குறிப்பிடுவாங்க. இந்த எழுத்துக்களின் விரிவாக்கம் கார்பன் இன்ஃப்ராரெட் எமிட்டர்ஸ். இந்த ஜாமர் டிவைஸ் ஒருத்தரோட கையில் இருந்தா எப்படிப்பட்ட சி.சி.டி.வி. காமிராக்களும் ஊமையாயிடும்."

கெளசிக் தன் ஸ்பெக்ஸைக் கழற்றி மேஜையின்

மேல் வைத்துவிட்டு நெற்றியைப் பிடித்துக்கொண்டார். அறையின் ஏ.ஸி. குளிரையும் மீறி அவருடைய முன்வழுக்கை வியர்த்து கண்ணாடித் தாளாய் மின்னியது. சில விநாடிகள் மௌனமாய் இருந்துவிட்டு தியானேஷ் நிமிர்ந்தார்.

''இது ஒரு ஹைடெக் ஜாமர் இல்லையா?''

''எஸ் ஸார்.''

''இப்படிப்பட்ட ஜாமரை நீங்க நேர்ல, பார்த்திருக்கீங்களா தியானேஷ்?''

''இல்ல ஸார்... 'டே ஆஃப்டர் டுமாரோ' என்கிற ஐ.டி.புக்ல இந்த சி.ஐ.ஆர். ஜாமர் பற்றிய கட்டுரை ஒண்ணைப் படிச்சேன். ஒரு அறைக்குள்ளே இருக்கிற முக்கியமான டாக்குமென்டேஷனையோ ரகசியமான ஃபைலையோ எடுக்கறதுக்கு முந்தி அந்த அறையை 'இன்ஃப்ராரெட்'ன்னு சொல்லப்படுகிற அகச்சிவப்பு கதிர்களால் நிரப்பிட்டு அதுக்கப்புறமாய் சி.சி.டி.வி. காமிரா பயம் இல்லாமலே வேண்டப்பட்ட ஃபைலையோ, டாக்குமென்டையோ அந்த நபர் தேடலாம்.''

அதுவரைக்கும் எதுவும் பேசாமல் இருள் மண்டிய முகத்தோடு நின்றிருந்த மஹிமா தியானேஷிடம் திரும்பினாள்.

''உங்ககிட்ட ஒரு சந்தேகம் கேட்கலாமா?''

''ப்ளீஸ்...''

''இப்ப நீங்க சொன்ன இந்த சி.ஐ.ஆர். ஜாமர் டிவைஸ் ஒரு புதுவிதமாய் இருக்கு. நான் இதுவரைக்கும் கேள்விப்பட்டதில்லை. நம்ம கம்பெனியில் வேலை செய்யற யார்க்காவது அந்த டிவைஸ் பத்தி தெரியுமா? யாராவது

அதைப்பத்தி உங்ககிட்ட பேசியிருக்காங்களா...?''

''இல்லை மிஸ் மஹிமா...''

''சரி... உங்களுக்கு யார் மீதாவது சந்தேகம் இருக்கா?''

''இந்த கம்பெனியில் ஆயிரத்துக்கும் மேற்பட்டவங்க வேலை செய்யறாங்க. எல்லா மாநிலத்தைச் சேர்ந்தவங்களும் இருக்காங்க. யார் யாருக்கு இந்த சி.ஐ.ஆர். பற்றி தெரியும்னு எனக்குத் தெரியாது. வேணும்னா ஒரு என்கொய்ரி பண்ணிப்பார்க்கலாம்.''

''வேண்டாம்'' என்று தலையாட்டிய கெளசிக் தொடர்ந்தார்.

''இந்த சம்பந்தமாய் ஒரு என்கொய்ரி பண்ணினா சம்பந்தப்பட்ட நபர் 'அலர்ட்' ஆகி தன்னை வெளிப்படுத்தாமல் இருக்க வாய்ப்பு அதிகம். மஹிமாவோட அறைக்குள் வந்த நபரின் நோக்கம் 'அரேபிய ரோஜா' சம்பந்தப்பட்ட ப்ராஜெக்ட் ஃபைல் எடுத்துட்டு போக வந்ததாகக்கூட இருக்கலாம்... அது கிடைக்காமல் போகவே கம்ப்யூட்டரை ஓப்பன் பண்ணி வார்னிங் கொடுத்து இருக்கலாம்.''

தியானேஷ் திட்டவட்டமாய் சொன்னார். ''ஸார்! என்னைப் பொறுத்தவரைக்கும் இந்த சம்பவத்துல ஒரே ஒரு விஷயம் மட்டும் 'அக்மார்க்' உண்மை...!''

''என்ன?''

''அறைக்குள்ளே வந்த நபர் ஆணோ பெண்ணோ தெரியாது. ஆனா அந்த நபர் மிஸ் மஹிமாவுக்கு ரொம்பவும் வேண்டப்பட்ட நபராய்தான் இருக்கணும். ஏன்னா அந்த நபர்க்கு 'பாஸ்வேர்ட்' தெரிஞ்சிருக்கு...''

''என்னோட பாஸ்வேர்ட் யார்க்கும் தெரிய வாய்ப்பு இல்லையே. ஒவ்வொரு மாசமும் என்னோட பாஸ்வேர்டை மாத்திக்கிட்டே இருப்பேன். அதை என்னோட பர்சனல் டைரியில் கூட எழுதி வைக்கமாட்டேன். பட்...

எனக்கு இதில் இருக்கிற ஆச்சரியமே வேற...''

''என்ன?''

''அரேபிய ரோஜா' ப்ராஜெக்ட்டுக்காக துபாய் போகிற விஷயம் எனக்கும் நம்ம ஈ.டி. ஸார்க்கு மட்டும்தான் தெரியும். ஆனா நான் ஈ.டி. ரூம்ல பேசிட்டிருக்கும் போதே என்னோட ரூமுக்கு யாரோ வந்து இருக்காங்க. எதையோ தேடியிருக்காங்க. தேடிய எதுவும் கிடைக்காததனால் என்னுடைய பி.சி யைக் லாக்-இன் பண்ணி என்னை பயமுறுத்துகிற மாதிரி வாசகங்களை டைப் பண்ணியிருக்காங்க...''

கௌசிக் மஹிமாவை ஏறிட்டார்.

'' அம்மா மஹி! இந்த அரேபிய ரோஜா புராஜக்ட்டிலிருந்து நீ விலகிடும்மா... நான் ஜென்ட்ஸ் யாரையாவது செலக்ட் பண்ணி துபாய்க்கு அனுப்பிடறேன்.''

மஹிமா லேசாய் சிலிர்த்தாள். முகம் மாறியிருந்தது.

''என்ன ஸார்... சொன்னீங்க... ஜென்ட்ஸ் யாரையாவது துபாய்க்கு அனுப்பறீங்களா...?''

''ஆமாம்மா... இவ்வளவு பகிரங்கமாய் புத்திசாலித் தனத்தோடு யாரோ உனக்கு எதிராய் செயல்பட்டிருக்காங்க. நீ துபாய்க்கு போறதுல அவங்களுக்கு விருப்பம் இல்லை போலிருக்கு... அதனால...!''

''என்ன ஸார் பயந்துட்டீங்களா?''

''இது பயம் இல்லேம்மா... ஒரு முன்னெச்சரிக்கையோடு கூடிய நடவடிக்கை... நீ நாளைக்கு துபாய் போய் ஏதாவது அசம்பாவிதம் நடந்துச்சுன்னா பதில் சொல்ல வேண்டியவன் நான்தாம்மா...!''

''ஸார்... உங்களுக்கு இருக்கிற பயம் எனக்கு இல்லை... இந்த அரேபிய ரோஜா ப்ராஜெக்ட் நம்ம கம்பெனிக்கு கிடைச்சது நமக்கு காம்படிட்டர்ஸாய் இருக்கிற எந்த ஒரு கம்பெனிக்கோ பிடிக்கலை. ப்ராஜெக்ட்டை முடக்கறதுதான் அவங்க நோக்கம். இது ஒரு கோழைத்தனமான பயமுறுத்தல். திஸ் ஷூட் நாட் பி கன்ஸிடர்ட்...!''

''அம்மா... மஹி... நான் என்ன சொல்ல வர்றேன்னா...?''

''ப்ளீஸ்... என்னை கன்வின்ஸ் பண்ணாதீங்க ஸார்... இந்த 'அரேபிய ரோஜா' ப்ராஜெக்ட் என்னோட பிக் ட்ரீம். இந்த ப்ராஜெக்ட்டுக்காக எத்தனையோ ராத்திரிகளைப் பகல்களாய் நினைச்சு என்னோட உழைப்பைக் கொட்டியிருக்கேன். இது மாதிரியான மிரட்டல்களையெல்லாம் பார்த்து பயந்தா நம்மால எதையும் சாதிக்க முடியாது ஸார். நான் துபாய் போக ரெடி. டிக்கெட்டுக்கும் விசாவுக்கும் ஏற்பாடு பண்ணுங்க... பை த பை... இந்த விஷயம் என் வீட்ல இருக்கிற யார்க்கும் தெரிய வேண்டாம். அதேமாதிரி கனடாவில் இருக்கிற என்னோட வுட் பி சகாதேவுக்கும் தெரிய வேண்டாம்.''

''மஹி...! அவசரப்படாதேம்மா... எதுக்கும் ரெண்டு நாள் யோசி... எந்த ஒரு மிரட்டலையும் சுலபமாய் எடுத்துக்கக்கூடாது. இட் ஷூட் நாட் பி இக்னோர்ட்...''

கௌசிக் சொல்லிக்கொண்டிருக்கும் போதே மஹிமாவின் செல்போன் மெசேஜ் வந்ததற்கு அறிகுறியாய் அலர்ட் டோனை வெளியிட்டது. செல்போனை எடுத்து மெசேஜ் ஆப்ஷெனுக்குப் போய் பார்த்தாள். இரண்டே வரிகள்.

ஹாய் மஹி!

உன்னோட 'வாட்ஸ் அப்'க்கு இரண்டு போட்டோக்கள் அனுப்பி இருக்கிறேன். யார்க்கும் தெரியாமல் பார்த்து ரசிக்கவும்.

மெசேஜை அனுப்பியது யார்? மஹிமா தேடினாள்.

பெயர் இல்லை.

இது ஒரு எண்.

எகிறிப் படபடக்கும் இதயத்தோடு வாட்ஸ் அப்புக்கு போய் முதலாவதாய் வந்து இருந்த அந்த எண்ணைத் தொட்டாள்.

அடுத்த விநாடி இரண்டு போட்டோக்கள் உற்பத்தியாகி பக்கம் பக்கமாய் நெளிந்தன.

முதல் போட்டோவில் எமிரேட்ஸ் விமானத்தின் ஸ்டோர் படிகளில் மஹிமா நின்று கையசைத்துக் கொண்டிருந்தாள்.

இரண்டாவது போட்டோவில் அதே எமிரேட்ஸ் விமானத்தின் படிகளில் நான்கு பேர் ஒரு கண்ணாடி ஃப்ரீஸர் பாக்ஸைத் தூக்கியபடி இறங்கி வர, கண்ணாடி பெட்டிக்குள் கழுத்து வரை வெள்ளைத்துணி போர்த்தப்பட்டு மஹிமா தெரிந்தாள்.

★ ★ ✦

5

"இதோ பாருங்க மிஸ் மஹிமா... நமக்குக் கிடச்சிருக்கிற இந்த 'அரேபியா ரோஜா' ப்ராஜெக்ட் வெரி பிரஸ்டீஜியஸ் ஒன். இதை எப்படியாவது வாங்கிடணும்னு நமக்குப் போட்டியாய் இருக்கிற பல கம்பெனிகள் பல வகைகளில் முயற்சி பண்ணித் தோல்வியைத் தழுவியதன் எதிரொலிதான் உங்களுக்கு வந்த மிரட்டல்கள். அந்த பயமுறுத்தல்களையெல்லாம் நீங்க பொருட்படுத்த வேண்டியதே இல்லை. சலசலப்புகளைப் பார்த்து சஞ்சலப்பட்டால் நம்மால் சாதனைகளை நிகழ்த்த முடியாது. நீங்க பயணத்துக்கு வேண்டிய ஏற்பாடுகளைப் பண்ணுங்க. நீங்க துபாய் புறப்பட்டுப் போறதுக்குள்ளே நம்ம கம்பெனிக்குள்ளே இருக்கிற அந்த 'ப்ளாக் ஷீப்' யார்ங்கிறதைக் கண்டுபடிச்சு உங்க முன்னாடி நிறுத்துறேன்..."

"முடியுமா மிஸ்டர் தியானேஷ்?"

"முடியாத ஒண்ணை நான் என்னிக்குமே சொன்னதில்லை."

தியானேஷ் தீர்மானமான குரலில் அழுத்தந்திருத்தமாய்ச் சொல்லிக்கொண்டிருக்கும் போதே மஹிமாவின் செல்போன் ரிங்டோனைச் சிதறடித்தது. எடுத்து அழைப்பது யார் என்று பார்த்தாள். பிறகு கௌசிக்கிடம் நிமிர்ந்தாள்.

''ஸார்...''

''போன்ல யாரும்மா...?''

''என்னோட வுட் பி சகாதேவ் ஸார். கனடாவிலிருந்து கால் கொடுத்திருக்கார்.''

''எந்திரிச்சுப் போய்ப் பேசிட்டு வாம்மா.''

''ஸாரி ஸார்... நான் ஒரு அஞ்சு நிமிஷம் பேசிட்டு வர்றேன்.''

எழுந்து வெளியே வந்த மஹிமா போனின் ஸ்கிரீனை ஆட்காட்டி விரலால் தேய்த்துவிட்டு இடது காதுக்கு ஒற்றினாள். மெல்ல பேச்சை ஆரம்பித்தாள்.

''என்ன... இன்னும் நீங்க தூங்கலையா? இப்ப அங்கே நேரம் மிட்நைட்டைத் தாண்டியிருக்குமே?''

''ஆமா மஹி... இப்ப இங்கே ஒரு மணி. நீ துபாய் போற விஷயத்தைக் கேள்விப்பட்டதிலிருந்து தூக்கம் வீட்டுக்கு வெளியே போயிருச்சு. சரி. உன்னோட ஈ.டி. கிட்டே பேசிட்டியா... உன்னோட சம்மதத்தைச் சொல்லிட்டியா?''

''ம். சொல்லிட்டேன்.''

''ப்ளைட் டிக்கெட் புக் பண்ணியாச்சா?''

''எல்லாம் இனிமேதான்.''

''லேட் பண்ண வேண்டாம் மஹி. அப்படி நான் சொல்றதுக்குக் காரணம் இருக்கு.''

''என்ன காரணம்...?''

''அது எப்பேர்ப்பட்ட ஹைஃபை கம்பெனியாய் இருந்தாலும் சரி, அங்கே வேலை பார்க்குறவங்க மத்தியில் ஒரு வகையான தொழில்முறை பொறாமை இருக்கும். அந்தப் பொறாமை காரணமா ஒருசில பேர் பின்வாசல் வழியாய்

வந்து உன்னோட வாய்ப்பைத் தட்டிப் பறிக்கப் பார்ப்பாங்க... நீ எச்சரிக்கையா இருக்கணும்.''

''உங்களுக்கு அந்தக் கவலையே வேண்டாம். நான் இன்னும் ரெண்டு நாள்ல துபாய் புறப்பட்டுப் போறது ஹன்ட்ரட் பர்சன்ட் கன்ஃபர்ம்.''

''ம்... ம்... மஹி!'' மறுமுனையில் சகாதேவனின் குரலில் லேசாய்ப் பிசிறடித்தது.

''என்னங்க... ஏன் குரல்ல திடீர்ன்னு ஃபிப்டி பர்ஸன்ட் உற்சாகம் மிஸ்ஸிங்...?''

''நான் இப்ப சொல்லப்போகிற விஷயத்தைக் கேட்டு நீ பேனிக் ஆகக் கூடாது.''

''மொதல்ல விஷயம் என்னன்னு சொல்லுங்க...''

''நீ 'அரேபிய ரோஜா' ப்ராஜெக்ட்டுக்காக துபாய் போறது உங்க கம்பெனியில் யாருக்கோ பிடிக்கலை.''

மஹிமா ஜாக்கிரதையானாள். இருதயத் துடிப்பு மறுபடியும் தன்னுடைய வேகத்தை அதிகரித்தது. இருந்தாலும் பதற்றத்தைக் காட்டிக்கொள்ளாமல் பேசினாள்.

''அப்படியா... அது எப்படி உங்களுக்குத் தெரியும்?''

''யாரோ ஒரு நபர் கொஞ்ச நேரத்துக்கு முந்தி எனக்கு போன் பண்ணி மஹிமா துபாய்க்குப் போனால் நீ வேறே ஒரு பெண்ணைக் கல்யாணம் பண்ண வேண்டியிருக்கும்னு சொன்னான்.''

''அதுக்கு நீங்க என்ன பதில் சொன்னீங்க?''

''அவன் அப்படிப் பேசினது எனக்கு அதிர்ச்சியாய் இருந்தாலும் அது ஒரு வகையான ப்ளாக்மெயில்ங்கிறதைப் புரிஞ்சுக்கிட்டேன். அதுக்கு அப்புறம் அவனுக்கு ஏற்ற மாதிரி பேச ஆரம்பிச்சேன். நான் அவனுக்கு எது மாதிரியான

பதிலைச் சொல்லியிருப்பேன்னு நினைக்கிறே?''

''ஸாரி... என்னால கெஸ் பண்ண முடியல... நீங்களே சொல்லுங்க...''

''உன்னோட போஸ்டல் அட்ரஸை எனக்கு அனுப்பி வை. எனக்கும் மஹிமாவுக்கும் நடக்கப்போகிற கல்யாணத்துக்கு இன்விடேஷன் அனுப்பி வைக்கிறேன்னு சொன்னேன்.''

''சரியான பதில்தான்.''

''இருந்தாலும் எனக்குள்ளே ஒரு சின்ன பயம் நொண்டியடிச்சுக்கிட்டு இருக்கு மஹி... நீ வேலை செய்கிற கம்பெனியில் உனக்கு வேண்டாதவங்க யாரோ இருக்காங்க... பி கேர்.ஃபுல்.''

''இப்ப நீங்க என்ன சொல்ல வர்றீங்க சகாதேவ். நான் 'அரேபிய ரோஜா' ப்ராஜெக்ட்டுக்காக துபாய் போறதா, வேண்டாமா?''

''கண்டிப்பாய் நீ போகணும் மஹி! நான் இப்போ உனக்கு போன் பண்ணினது எதுக்காக தெரியுமா? உனக்கும் அப்படி ஏதாவது ஒரு மிரட்டல் வந்திருந்தா அதைப் பொருட்படுத்த வேண்டாம்ன்னு சொல்லத்தான்! நம்ம ரெண்டு பேரோட வீட்டுக்கும் இந்த விஷயம் தெரியவேண்டாம்.''

''நான் துபாய் போயிட்டு வந்த பிறகுகூட தெரியாது.''

''உன்னோட இந்த தைரியம் எனக்குப் பிடிச்சிருக்கு மஹி...''

''என்னை விட தைரியசாலி நீங்கதான்...''

''டிக்கெட், விசா கன்.ஃபர்ம் ஆனதும் எனக்கு போன் பண்ணு மஹி!''

''ஷ்யூர்... அடுத்த நிமிஷமே உங்களுக்கு போன் வரும்.'' பேசிவிட்டு செல்போனின் இணைப்பைத் துண்டித்தாள்

மஹிமா. கெளசிக்கின் அறைக்குள் மறுபடியும் நுழைந்தாள். தியானேஷ் அறையில் இல்லை.

கெளசிக் சொன்னார், ''கம்பெனியின் சர்க்யூட் செக்ஷனில் ஏதோ பிரச்சனை... போன் வந்தது. தியானேஷ் புறப்பட்டுப் போயிட்டார். அப்புறம், உன்னோட வுட் பி சகாதேவ் என்னம்மா சொல்றார்?''

''அவருக்கு ரொம்ப சந்தோஷம் ஸார்... நான் இந்த ப்ராஜெக்ட்டுக்காக துபாய் போகணும்ங்கிற விஷயத்துல அவர்தான் ரொம்பவும் ஆர்வமாய் இருக்கார்.''

''நீ ரொம்பவும் கொடுத்துவைச்சவ மஹி. நீ பயணத்துக்கு வேண்டிய எல்லா ஏற்பாடுகளையும் பண்ண ஆரம்பிச்சுடும்மா. நான் கம்பெனியோட ஃபார்மாலிடி விஷயங்களைப் பார்த்துக்கிறேன்.''

''தேங்க்யூ ஸார்... நான் என்னோட கேபினுக்குப் போறேன். ஏதாவது தேவைன்னா எனக்கு போன் பண்ணுங்க ஸார்.''

மஹிமா சொல்லிவிட்டு அறையிலிருந்து வெளியேறினாள். அவள் போன பின் ஒரு நிமிடம் மௌனம் காத்து, கெளசிக் அதன்பின் தன் மேஜையின் இன்னொரு இழுப்பறையைத் திறந்து அந்த நானோ செல்போனை எடுத்துத் தன் நெற்றியின் மையத்தில் பத்து விநாடி நேரம் வைத்து பயோமெட்ரிக் முறையில் அதற்கு உயிர் கொடுத்தார். டயலில் இருந்த பூஜ்ஜியத்தைப் பத்து தடவை அழுத்திவிட்டு ரகசியமான குரலில் பேசினார்.

''திட்டத்தின் முதல் கட்டம் வெற்றி... இனிமேல் யாரும் மஹிமாவையோ சகாதேவையோ மிரட்ட வேண்டாம்.''

✱ ✱ ✱

"**ச**ரி... நம்ம திட்டத்தோட அடுத்த கட்டத்தை எப்போ நிறைவேற்றலாம்?"

"நாளைக்கே..."

"இம்ராவும் சர்புதீனும் சென்னைக்கு வந்துட்டாங்களா?"

"நேத்து நைட்டே துபாய்லிருந்து புறப்பட்டுச் சென்னைக்கு வந்துட்டாங்க. ஈ.சி.ஆர்.லயிருக்குற 'காஸ்மோ ஸ்டார்' ரிசார்ட்ல தங்கியிருக்காங்க. நீங்க ஒரு நேரத்தைக் குறிப்பிட்டுச் சொன்னா நாளைக்கு உங்க கம்பெனில உங்களுக்கு முன்னாடி வந்து உட்கார்ந்திருப்பாங்க."

"நாளைக்கு பதினோரு மணிக்கு இம்ராவும் சர்புதீனும் இங்கே வரட்டும்."

"கௌசிக்...!"

"என்ன?"

"மஹிமா துபாய் பயணத்திலிருந்து பின்வாங்க மாட்டாளே?"

"நிச்சயமா மாட்டா. ஏன்னா, 'அரேபிய ரோஜா' ப்ராஜெக்ட் அவளுடைய வெரி பிக் ட்ரீம். நாம

வேண்டாம்னு சொல்லச் சொல்லத்தான் அவ அந்த 'கான்செப்ட்'ல மூர்க்கமாகவும் தீர்க்கமாகவும் இருக்குறா. இனி அவளையும் அரேபிய ரோஜாவையும் பிரிக்க முடியாது. இப்போ அவளுக்கு இருக்குற ஒரே ஒரு குழப்பம் என்னன்னா, அவளுக்கு மட்டுமே தெரிந்த அவளோட பி.சி.யின் பாஸ்வேர்ட், வெளிநபர் ஒருத்தருக்கு எப்படித் தெரிஞ்சதுங்கிறதுதான். ஒட்டுமொத்தச் செயல்பாடுகளையும் வைஃபை பாஸ்வேர்ட் ரெக்கவரி, வைஃபை மாஸ்டர் கீ மூலமா நான் கண்காணிக்கிற விஷயம் மஹிமாவுக்கு என்னைக்குமே தெரிய வாய்ப்பில்லை.''

''கௌசிக்...! நீங்கள் இப்படி அதிகப்படியான நம்பிக்கையோடு இருப்பது சரியில்லை. மஹிமாவை சாதாரணமா எடை போட்டுடாதீங்க. நம்ம திட்டத்தோட கடைசிக் கட்டம் வரை அவளுக்கு எதுவும் தெரியக் கூடாது.''

''தெரியாது... தெரியப்போவதும் இல்ல. அந்தக் கவலையும் உங்களுக்கு வேண்டாம். மஹிமா இந்தியாவில் இருக்கும் வரை, எந்த ஒரு சிறிய தப்பும் என் தரப்பில நடக்காம நான் பார்த்துக்குவேன். அவள் துபாய் வந்து சேர்ந்த பிறகு அவளை கவனமாகக் கையாள வேண்டிய மொத்த பொறுப்பும் உங்களோடது. அங்கே தப்பு நடக்காம இருக்க வேண்டியது அதி முக்கியம்.''

''இந்தியாவில தப்பு நடக்காதுன்னா துபாய்ல அதுக்கு வாய்ப்பே இல்லைனு உங்களுக்குத் தெரியுமே கௌசிக்.''

''டோட்டலி ட்ரூ வேர்ட்ஸ்'' என்று சொல்லிச் சிரித்த கௌசிக், அந்த செல்ஃபோனின் இணைப்பைத் துண்டிக்க, அதைத் தன் நெற்றியின் மையத்தில் பத்து விநாடிகள் வைத்தார்.

அதுவரைக்கும் ஒளிர்ந்து கொண்டிருந்த அதனுடைய

மின்னணுக்கள் கொத்துக் கொத்தாய் செத்துப்போக, மேஜையின் இழுப்பறையைத் திறந்து, வண்ண வண்ணமாய் இருந்த ஃபைல்களுக்கு நடுவில் மறைத்து வைத்தார்.

★

மறுநாள் காலை பத்தரை மணி.

தன்னுடைய ஆபீஸ் அறையில் கணினிக்கு முன்பாய் உட்கார்ந்து சிமுலேஷன் உருவம் ஒன்றை சரிபார்த்து 'சிஜி'யில் பதிவேற்றம் செய்துகொண்டிருந்த மஹிமா, அறையின் கதவு திறக்கப்படும் சப்தம் கேட்டுத் திரும்பிப் பார்த்தாள்.

கெளசிக்கின் பர்சனல் செக்ரட்ரி நிஷா, லிப்ஸ்டிக் பூசிய உதடுகளில் புன்னகையொன்றை அமர்த்திக் கொண்டு, ''குட் மார்னிங் மிஸ் மஹிமா!'' என்றாள். மஹிமாவின் மனசுக்குள் மெகா ஆச்சரியக் குறியொன்று உதித்தது.

'இந்த நிஷா சரியான காரணம் இல்லாமல் வரமாட்டாளே!'

''குட்மார்னிங் நிஷா... எனிதிங் ஸ்பெஷல் டுடே? என்னோட கேபினுக்கு வந்திருக்கீங்க.''

''யூ ஆர் கரெக்ட் மஹிமா... உங்களை ஈ.டி. ரூஃப் கார்டன்ல இருக்குற 'டார்க் செல்'லுக்கு வரச் சொன்னார்.''

''டார்க் செல்...? யாரும் வி.வி.ஐ.பீஸ் வந்திருக்காங்களா?''

''எஸ்... இரண்டு பேர்.''

''யார்?''

''எனக்குத் தெரியாது. நம்ம ஈ.டி. உங்களுக்காக அந்த இரண்டு பேரோட 'டார்க் செல்'லில் காத்திருக்கிறார். உங்களை ஏஏஆர் ஃபைலோடு வரச் சொன்னார். கூடவே, அது சம்பந்தப்பட்ட பென் ட்ரைவ்களையும் எடுத்துவரும்படி

சொன்னார்.''

''இதோ உடனே கிளம்பறேன்.''

''அப்புறம்...?''

''என்ன?''

''ரூஃப் கார்டனில் இருக்கும் 'டார்க் செல்'லுக்கு நீங்க போற விஷயம் யாருக்கும் தெரிய வேணாம். யூ ஹேவ் டு பி வெரி கேர்ஃபுல் இன் திஸ் மேட்டர்...!''

மஹிமாவுக்கு லேசாய் கோபம் வந்தது.

''இதோ பாருங்க நிஷா... இந்த விஷயத்துல நான் எப்படி நடந்துக்க வேணுங்கிறதை நீங்க எனக்கு சொல்லித்தர வேண்டியதில்லை.''

''ஐ... லைக் யுவர் ஏங்கர்'' நிஷா சிரித்துக்கொண்டே நகர்ந்துவிட, மஹிமா அறையின் ஸ்டீல் பீரோவைத் திறந்து AAR என்று எழுதப்பட்ட 'An Arabian Rose' ஃபைலையும், ஒரு கண்ணாடி க்யூபுக்குள் போட்டு வைத்திருந்த சில பென் ட்ரைவ்களையும் எடுத்துக் கொண்டு வெளியே வந்தாள்.

மாடி வராந்தாவில் நடந்து காலியாய்க் காத்திருந்த லிஃப்டில் ஏறி ஏழாவது மாடியில் வெளிப்பட்டு ரூஃப் கார்டனை நோக்கிப் போனாள்.

அந்த ஒட்டுமொத்த ஏழாவது மாடியும் ஏதோ ஒரு பூந்தோட்டம் போல் தெரிய, மையத்தில் இருந்த கதவுக்கு முன்பாய்ப் போய் நின்றுகொண்டு, கதவில் பொருந்தியிருந்த மைக்ரோ சிப் காமிராவுக்குள் தன் இடது கண்ணைக் காட்டினாள் மஹிமா. கதவு வழி விட்டு அவள் உள்ளே போனதும் திரும்பவும் மூடிக்கொண்டது.

மஹிமா உள்ளே போனாள்.

கௌசிக் புத்தகம் ஒன்றை புரட்டியபடி பார்வைக்குக்

கிடைக்க, ''குட்மார்னிங் ஸார்'' என்றாள்.

''குட்மார்னிங் மஹி!''

''என்ன ஸார்... திடீரென்று டார்க் செல் மீட்டிங்?''

''நமக்கு அரேபிய ரோஜா ப்ராஜெக்ட்டைக் கொடுத்த 'அல்-அராஃபத்' டெக்னாலஜி கம்பெனியிலிருந்து இம்ராவும் சர்புதீனும் திடீர்ன்னு துபாயிலிருந்து புறப்பட்டு வந்திருக்காங்க...''

மஹிமா திகைத்தாள்.

''நானே துபாய்க்குப் புறப்பட்டுப் போகத் தயாராக இருக்கறப்ப அவங்க ஏன் இங்கே வரணும்?''

''நூறு கோடி ரூபாயை அந்த ப்ராஜெக்ட்டுக்காகச் செலவழிக்கத் தயாராக இருந்தவங்களுக்கு இப்ப ஒரு திடீர் சந்தேகம் வந்திருக்கு.''

''என்ன சந்தேகம் ஸார்?''

''அரேபிய ரோஜாவின் அடிப்படையான தொழில் நுட்பம் எது?''

''தி ரிஸரெக்ஷன் டெக்னாலஜி.''

கௌசிக் குறுக்கிட்டார்.

''அதாவது செத்துப்போனவங்கள மறுபடியும் உயிர்ப்பிக்கிற தொழில்நுட்பம்?''

''ஆமா... ஸார்.''

✷ ✷ ✷

''**ஸா**ர்... இந்த ப்ராஜெக்ட் பத்தின எல்லா டிடெய்ல்ஸையும் தெளிவாகவும் விரிவாகவும் ஒரு வருஷத்துக்கு முன்னாடியே இங்கிலீஷ்ல கொடுத்துட்டோம். அவங்க டீம்ல இருக்கிற ஒருத்தருக்கு இங்கிலீஷ் சரியா தெரியாத காரணத்தால், அரபி மொழியிலயும் 500 பக்கங்களுக்கு மேல் நாம மொழிபெயர்த்துக் கொடுத்திருக்கோம். இத்தனைக்கும் பிறகு அவங்களுக்கு என்ன ஸார் சந்தேகம்?''

''இதோ பாரம்மா மஹி...! பணத்தைக் கோடிகோடியாகக் கொட்டி பேப்பர்ல இருக்கிற 'அரேபிய ரோஜா' ப்ராஜெக்டுக்கு உயிர் கொடுக்கப் போறவங்க, 'அல்-அராஃபத்' டெக்னாலஜி ஆட்கள். அவங்களுக்கு எதுமாதிரியான சந்தேகம் வந்தாலும் சரி, அதைத் தீர்த்து வைக்க வேண்டியது நம்முடைய பொறுப்பு. புரியுதாம்மா?''

''இட்ஸ் ஓகே ஸார். இப்ப அந்த இம்ராவும் சர்புதீனும் எங்கே?''

''உள்ளே இருக்கிற 'கீ ஹோல்' செல்லர் ரூம்ல வெயிட் பண்ணிட்டிருக்காங்க. வா... போவோம்.''

சொல்லிக்கொண்டே கெளசிக் எழுந்து நடக்க ஆரம்பித்துவிட மஹிமா தொடர்ந்தாள். அவர் காதோரமாய்க் கேட்டாள்.

''ஸார்... இந்த இம்ராவும் ஸர்புதீனும் 'அல்-அராஃபத்' டெக்னாலஜியில் என்ன மாதிரியான பதவியில் இருப்பாங்க?''

''அந்தப் பொண்ணு இம்ரா ஒரு 'ஸாஃப்ட்வேர் ஆர்க்கிடெக்ட்.' ஸர்புதீன் 'சிஸ்டம்ஸ் புரோக்ராமர் அண்ட் சிஸ்டம்ஸ் அனலிஸ்ட்...' இதைத் தவிர இந்த ரெண்டு பேருக்கும் அந்த 'அல்-அராஃபத்' கம்பெனியில கூடுதலா இன்னொரு பொறுப்பும் கொடுத்திருக்காங்க. ஆன் லைன் அக்ரிகேட்டர்ஸ்.''

''ஸார்! அவங்களுக்கு எது மாதிரியான சந்தேகங்கள் இருக்குன்னு பேசிப் பார்த்தீங்களா?''

''முயற்சி பண்ணினேன்மா... ஆனா அவங்க, அந்த ப்ராஜெக்ட் ரிசர்ச் அனலைஸரான உன்கிட்ட தான் பேசணும்னு சொல்லிட்டாங்க.''

''என்ன ஸார் இது... அந்த 'அரேபிய ரோஜா' ப்ராஜெக்ட் ஒரு கூட்டு முயற்சி. இதுக்கு நீங்கதான் சீஃப்...அவங்க பேசறதா இருந்தா, உங்ககிட்டேயே பேசியிருக்கலாம். என்னை ஏன் ஸார் டார்கெட் பண்றாங்க...!''

''இதோ பாரம்மா மஹி... உன்னைப் பத்தி நீயே குறைச்சு மதிப்பிட்டுக்காதே... இந்த ப்ராஜெக்ட்டோட பிரதான மூளையே நீதான்னு துல்லியமாய் புரிஞ்சு வெச்சுட்டுதான் வந்திருக்காங்க. அவங்க கேட்கிற எந்த ஒரு கேள்விக்கும் என்னால பதில் சொல்லிட முடியும். ஆனா, அது அவங்களை இம்ப்ரஸ் பண்ற மாதிரி இருக்காது. அந்தத் திறமை உன்கிட்டதான் இருக்கு.''

''ஸார்... திஸ் ஈஸ் டூ மச்.''

கௌசிக் தன் உதட்டோரம் ஒரு மெல்லிய சிரிப்பைக் கசியவிட்டார்.

''அம்மா மஹி! யானையோட பலம் அதுக்குத் தெரியாதுன்னு சொல்வாங்க. அதே மாதிரிதான் உன்னோட பலமும் உனக்குத் தெரியலை. இம்ராவும் சர்புதீனும் கேட்கப்போகிற அந்தக் கேள்விகளுக்குத் தெளிவா பதில் சொல்ற திறமை உனக்கு மட்டுமே இருக்கு...''

மஹிமா சிரித்தாள். ''ஸார்...! இதுக்கு மேல் உங்களைப் பேசவிட்டா என்னை உட்கார வெச்சு பாலாபிஷேகம் பண்ணிடுவீங்க போலிருக்கு...''

''அந்த நாளும் உன்னோட வாழ்க்கையில் வரும் மஹி!''

கௌசிக் சொல்லிக்கொண்டே எதிர்ப்பட்ட ஒரு ஊதா நிற கண்ணாடிக் கதவைத் திறந்துகொண்டு உள்ளே போனார். ஏதோ ஒரு பூ வாசனையோடு ஏ.சி. காற்று மணத்தது. ஒட்டுமொத்த உடம்பும் ஒருவித சந்தோஷத்தை உணர்ந்தது.

நீள்வட்ட மேஜைக்கு பின்னால் கறுப்பு நிற சல்வார் கமீஸில் இம்ராவும், வெள்ளை நிற குர்தா போன்ற உடையில் சர்புதீனும் அழகாக இருந்தார்கள். பிங்க் நிற ஈறுகளோடு, ஆரோக்கியமான பல்வரிசையைக் காட்டிச் சிரித்து ''குட்மார்னிங் மிஸ் மஹிமா'' என்றார்கள்.

''குட்மார்னிங் டூ போத் ஆஃப் யூ... வெல்கம் டூ சென்னை!'' சொல்லிக்கொண்டே அவர்களுக்கு எதிரில் இருந்த நாற்காலியில் உட்கார்ந்தாள் மஹிமா.

சில விநாடி மௌனத்திற்குப் பிறகு இம்ரா தெளிவான உச்சரிப்போடு கூடிய ஆங்கிலத்தில் பேச ஆரம்பித்தாள்.

''அரேபிய ரோஜா' எனப்படும் பயோ மெடிக்கல் சாஃப்ட்வேரை உருவாக்கி, எங்களுடைய கம்பெனிக்கு அளித்த உங்களுடைய கடுமையான உழைப்புக்கு முதலில்

நன்றியைத் தெரிவித்துக்கொள்கிறோம். அந்த சாஃப்ட் வேரைப் பயன்படுத்தி ப்ராஜெக்ட்டையும் வெற்றிகரமாக முடித்துவிட்டால், நாளைய மருத்துவ உலகில் நாம் எல்லோரும் பேசப்படுவோம்.''

''நிச்சயமாக மிஸ் இம்ரா... கோடிகளில் லாபம் பார்க்க நாங்கள் இந்த 'அரேபிய ரோஜா'வை உருவாக்கவில்லை. எதிர்காலத்தில் வாழப்போகும் மனித உயிர்கள் இதை ஒரு வரமாகப் பார்க்க வேண்டும் என்பதே எங்கள் விருப்பம்.''

சர்புதீனின் உதடுகள் ஒரு புன்னகையை உடுத்திக்கொண்டு பேசின. ''மிஸ் மஹிமா... நீங்கள் சொன்னதுபோல் இது ஒரு வரம்தான். இதை மட்டும் நாம் வெற்றிகரமாய்ச் செயல்படுத்தி ஐம்பது சதவீத வெற்றியை இந்த உலகத்துக்குத் தெரியப்படுத்தினாலே போதும். நோபல் பரிசு கமிட்டியின் பார்வைகூட நம் பக்கம் திரும்ப வாய்ப்பு இருக்கிறது.''

மஹிமா நேரிடையாய் விஷயத்துக்கு வந்தாள்.

''உங்களுக்கு இந்த ப்ராஜெக்ட்டில் சில சந்தேகங்கள் இருப்பதாக எங்கள் ஈ.டி. சொன்னார்.''

''ஆமாம்.''

''உங்களுடைய சந்தேகங்களையும் கேள்விகளையும் எதிர்பார்த்து என்னுடைய பதில்கள் காத்திருக்கின்றன.''

இம்ரா தனக்கு முன்பாய் இருந்த லேப்-டாப்பை ஆன் செய்தாள். ''எங்கள் குழுவில் இருக்கும் பயோ சாஃப்ட் வேர் அனலிஸ்ட் ரஃபி என்பவரின் சந்தேகம் இது. ஸ்டெம் செல் டெக்னாலஜி பற்றி நூறு ஆண்டுகளுக்கு முன்னர் கூறியிருந்தால் யாரும் நம்பியிருக்க மாட்டார்கள். ஆனால், இன்று நடைமுறையில் உள்ளது. அதேபோல், மீண்டும் முழுமையாக உயிர் கொடுக்கும் அறிவியல் இன்னும் நூறு ஆண்டுகளுக்குள் கண்டிப்பாக வரும். ஆனால், அந்த

அறிவியல் க்ரையோஜெனிக் (Cryogenic) தொழில்நுட்பத்தை அடிப்படையாகக் கொண்டிருக்கும். அது ஒன்றுதான் சாத்தியம் என்று சொல்லியிருக்கிறார். ஆனால், நீங்கள் உருவாக்கியுள்ள, இறந்தவர்களை உயிர்ப்பிக்கும் தொழில்நுட்பமான 'அரேபிய ரோஜா'வில், 'க்ரையோஜெனிக்' என்ற வார்த்தையே இடம்பெறவில்லை. எனவே...''

இம்ரா பேசிக்கொண்டிருக்கும்போதே மெதுவாய்க் குறுக்கே குரல் கொடுத்தாள்.

''நான் ஒரு கேள்வி கேட்கலாமா?''

''தாராளமாக.''

''மிஸ்டர் ரஃபி எத்தனை வருட காலமாய் உங்கள் கம்பெனியில் பணிபுரிகிறார்?''

''இருபது வருஷமாய்.''

''இனி அவர், உங்கள் கம்பெனிக்குப் பயன்பட மாட்டார். கட்டாய ஓய்வு கொடுத்து வீட்டுக்கு அனுப்பிவிடுங்கள். மனைவி, குழந்தைகள் என்று இனி எஞ்சிய காலத்தை சந்தோஷமாகச் செலவிடட்டும்.''

மஹிமா புன்னகையோடு சொல்ல... இம்ரா, சர்புதீன் இருவர் முகங்களும் கோபத்தில் தோல் சீவிய பீட்ரூட் நிறத்துக்கு மாறின. கண்களில் கனல் பறந்தது.

* * *

''ராஃபி எப்படிப்பட்ட பயோ அனலைசர் என்பது உங்களுக்குத் தெரியுமா...? அமெரிக்காவின் மெக்ஸிகோ மாகாணத்தில் உள்ள 'க்ரையோஜெனிக்ஸ்' என்கிற நிறுவனம் அவரோட ஆராய்ச்சி செயல்பாடுகளுக்காக டாக்டர் பட்டம் கொடுத்துக் கவுரவப்படுத்தியிருக்கிறார்கள். அவர் கலந்துகொள்ளாத சர்வதேச செமினார்களை விரல் விட்டு எண்ணிவிடலாம்.''

''வெரி நைஸ் டு ஹியர்'' மஹிமாவின் உதடுகளில் இன்னமும் கேலியின் மிச்சம் ஒட்டிக் கொண்டு இருப்பதைக் கவனித்த சர்புதீன் இடதுகையின் ஆட்காட்டி விரலை உயர்த்தியதோடு குரலையும் உயர்த்தினார்.

''மிஸ் மஹிமா... உங்களால் உருவாக்கப்பட்ட 'அரேபிய ரோஜா' ப்ராஜெக்ட் உங்களுக்கு உயர்வானதாகவும் சிறப்பானதாகவும் இருக்கலாம். அதேசமயம் மற்றவர்களின் திறமையையும் மதிக்கக் கற்றுக்கொள்ள வேண்டும். முதலில் உங்களுக்கு க்ரையோஜெனிக்ஸ் மூலம் உயிர் மீட்கும் தொழில்நுட்பம் பற்றி என்ன தெரியும்?''

''எல்லாமே தெரியும்! இந்தத் தொழில்நுட்பத்தை க்ரையோ- ப்ரெஸர்வேஷன் என்றும் சொல்வார்கள்.

இந்தத் தொழில்நுட்பம் மூலம் ஒரு மனிதனின் இருதயம் செயலற்றுப்போய் தனது கடைசித் துடிப்பை நிறுத்தியதும் அடுத்த இரண்டு நிமிடங்களில் அவனுடைய உடலில் உள்ள ரத்தம் முதலான திரவங்களை ஒரு துளிகூட மீதமில்லாமல் வெளியேற்றிவிடுவார்கள். ஸ்டெம் செல்லிலிருந்து உருவாக்கப்பட்ட ஒரு ரசாயன ஸீரத்தை இறந்துபோன அந்த உடம்புக்குள் செலுத்துவார்கள். இந்தத் தொழில்நுட்பத்தின் முதற்கட்டம்தான் இது!''

இம்ரானும் சர்புதீனும் இமைக்க மறந்தவர்களாய் மஹிமாவையே பார்த்துக்கொண்டிருக்க அவள் தொடர்ந்தாள்.

''இதனுடைய இரண்டாவது கட்டம், ரசாயன ஸீரம் செலுத்தப்பட்ட அந்த உடம்பு, அதன் பிறகு நைட்ரஜன் வாயு அடைக்கப்பட்ட கண்டெய்னரில் மைனஸ் 196 டிகிரி செல்சியஸ் உறைகுளிர் நிலையில் வைக்கப்படும். இவ்வாறு உடலை எவ்வளவு பாதுகாப்பாகப் பதப்படுத்தி வைத்தாலும் செல் என்பது ஒருமுறை சேதமடைந்துவிட்டால் அதனை மீண்டும் புதுப்பிக்க முடியாது. எனவே, இறந்துபோன உடல்களுக்கு உயிரூட்ட 25 ஆண்டுகள் முதல் 50 ஆண்டுகள் வரை ஆகும். இது இந்தத் தொழில் நுட்பத்தின் மிகப் பெரிய பலவீனம். என்ன, நான் சொல்வது சரியா, மிஸ் இம்ரா அண்ட் மிஸ்டர் சர்புதீன்?''

இப்போது இரண்டு பேர்களின் முகங்களில் இருந்த கோபத்தின் சதவீதம் பாதியாகக் குறைந்து போயிருந்தது.

மஹிமா சில விநாடிகள் அமைதி காத்துவிட்டுத் தொடர்ந்து பேசினாள். ''க்ரையோஜெனிக் ப்ராஜெக்ட் ஒரு வெற்றிகரமான முயற்சி. இறந்த உடலில் உள்ள செல்களைப் புதுப்பிக்கும் தொழில்நுட்பத்தைக் கண்டுபிடித்தால் மட்டுமே இறந்த ஒரு நபரை உயிருடன் கொண்டுவர முடியும். இதை மிஸ்டர் ரஃபி உங்களிடம் சொன்னாரா?''

''இல்லை'' என்றாள் இம்ரா.

மஹிமாவின் உதட்டில் இருந்த புன்னகை பெரிதாகியது.

''அவர் சொல்லியிருக்க மாட்டார். ஏனென்றால், இருதயம், சிறுநீரகம் போன்ற மிக முக்கியமான உறுப்புகள் எவ்வளவு பாதுகாப்பாகப் பதப்படுத்தப் பட்டாலும் அவற்றின் செல்கள் அழிந்துபோவதைத் தடுக்க முடியாது என்று ரஃபிக்குத் தெரியும்... இதற்காக நான் ரஃபியைக் குற்றம் சொல்ல மாட்டேன். காரணம் எந்த ஒரு பயோ-டெக்னாலஜிஸ்ட்டும் தன்னுடைய ப்ராஜெக்ட்டில் உள்ள இருபது சதவீதத் தோல்விகளை வெளியில் சொல்லமாட்டார்கள். மிஸ்டர் ரஃபியும் அப்படித்தான் சொல்லாமல் இருந்திருக்கலாம்!''

சர்புதீனின் கோபம் இப்போது அடியோடு கரைந்துபோயிருக்க, மஹிமாவை ஊடுருவிய பார்வையோடு, நிறுத்தி நிதானமான குரலில் கேட்டான்.

''அப்படியென்றால் உங்களுடைய ப்ராஜெக்ட்டான 'அரேபிய ரோஜா'விலும் இருபது சதவீதத் தோல்விகள் மறைந்துள்ளனவா?''

''இருக்கின்றன. ஆனால் அவற்றைத் தோல்விகள் என்று சொல்ல முடியாது...''

''பிறகு?''

''வெற்றிக்கு வெகு அருகே நிற்கும் தோல்விகள் என்று சொல்லலாம். அதாவது எந்த ஒரு விநாடியிலும் வெற்றிகளாக மாறக்கூடிய தோல்விகள்...!''

''நீங்கள் குழப்புகிறீர்கள் மஹிமா...''

''நான் குழப்பவில்லை. நீங்கள் கேட்ட கேள்விகளுக்கு நான் தெளிவாய் பதில் சொல்லிக் கொண்டிருக்கிறேன். முதலில் நீங்கள் ஒரு விஷயத்தைப் புரிந்துகொள்ள வேண்டும். இறந்தவர்களை உயிர்ப்பித்து எழுப்பும் க்ரையோஜெனிக் தொழில்நுட்பமும் 'அரேபிய ரோஜா'வும் ஒரே மாதிரியான அமைப்பைக் கொண்டவை

அல்ல. 'அரேபிய ரோஜா' சம்திங் டிஃபரன்ட்... ஏன் எக்ஸ்ட்ராடினரிலி அன்யூஷீவல் ஒன்... இது ஒரு ஈக்விடி டெக்னிக் அண்ட் பயோ ரெக்கவரி பிக்ஃபேக்ட்...''

''இதைக் கொஞ்சம் எளிமையாகச் சொல்லிப் புரியவைக்க முடியுமா...?''

''அதற்கு முன்னால் உங்கள் இருவரிடமும் ஒரு கேள்வி. க்ரையோஜெனிக் ப்ராஜெக்ட்டுக்கும் 'அரேபிய ரோஜா' ப்ராஜெக்ட்டுக்கும் இடையே உள்ள மிகப் பெரிய வித்தியாசம் என்னவென்று தெரியுமா?''

தெரியாது என்பதுபோல் இம்ராவும் சர்புதீனும் தலையசைத்தார்கள். மஹிமா புன்னகை சிதையாத முகத்தோடு சொன்னாள்.

''க்ரையோஜெனிக் தொழில் நுட்பத்தில் ஒரு மனிதனின் உடலிலிருந்து உயிர் பிரிந்த பிறகு அந்த உடலுக்கு உயிர் கொடுக்க முயற்சி செய்வார்கள். ஆனால், 'அரேபிய ரோஜா' ப்ராஜெக்ட்டில் இறக்கும் தறுவாயில் இருக்கும் ஒருவரின் மூளை மட்டும் பதப்படுத்தப்படும். அதற்காக அவர் உடம்பில் உள்ள ரத்தக் குழாய்களில் எம்பாமிங் ரசாயனம், ஊசிகள் மூலமாகச் செலுத்தப்படும். இதைச் செய்யும்போதே அவர் உயிர் பிரிந்துவிடும். அதன் பிறகு அந்த நபரின் பதப்படுத்தப்பட்ட மூளை 'மார்ஃபிங்' செய்யப்படும். அதாவது மூளையில் உள்ள நரம்பணுக்கள் எனப்படும் நியூரான்கள் எது மாதிரியான கட்டமைப்பில் இருக்கின்றன, எது மாதிரியான தகவல்கள் பரிமாறிக் கொள்ளப்படுகின்றன போன்ற சிக்கலான விஷயங்கள் பிரதி எடுக்கப்படும். இது மிகவும் கடினமான வேலை. இந்த வேலைக்கு கனெக்டோம் (Connectome) என்று பெயர் இதை வைத்துக் கொண்டு இறந்துபோன நபரின் உடலை மறுபடியும் ஒரு உயிர்ப்பான நிலைக்குக் கொண்டுவர முடியும்.''

"ஃபெண்டாஸ்டிக்...!'' சர்புதீன் கைதட்ட இம்ரா நாற்காலியைத் தள்ளிக் கொண்டு உணர்ச்சிபூர்வமாக எழுந்து மஹிமாவை நோக்கிப் போனாள். அப்படியே ஆரத்தழுவிக் கன்னத்தில் முத்தமிட்டாள்.

''மிஸ் மஹிமா... எனக்கு உங்களைப் பார்த்தால் பெருமையாகவும் அதே சமயம் பொறாமையாகவும் இருக்கிறது. இந்த 'அரேபிய ரோஜா'வை மட்டும் நாம் சாத்தியமாக்கிக் காட்டிவிட்டால் நாளைய மனித குலம் நம்மைக் கொண்டாடும்.''

மஹிமா சிரித்தாள்.

''அதில் என்ன சந்தேகம்?''

''மஹிமா! இப்போதே உங்களுக்கு ஏதாவது பரிசு கொடுக்க வேண்டும் போலிருக்கிறது.''

சொன்ன இம்ரா தன் விரலில் இருந்த அந்த பிளாட்டின மோதிரத்தை உருவி மஹிமாவின் விரலுக்கு மாற்றினாள்.

மோதிரம் தன்னுடைய விரலுக்குப் போய்க் கொண்டிருக்கும் போதே மஹிமா அந்த வித்தியாசத்தை உணர்ந்தாள்.

''என்ன இது, ஏதோ ஒன்று உருண்டையாக உள்ளங்கைக்குத் தட்டுப்படுகிறதே?''

ஒரு விநாடிதான் குழப்பம்.

அது கசங்கிய ஒரு காகித உருண்டை.

இம்ரா மோதிரத்தை அணிவித்துவிட்டு மறுபடியும் மஹிமாவை அணைத்தபடி அவள் காதருகே கிசுகிசுப்பாய்ச் சொன்னாள்.

''தனியாக இருக்கும்போது, யார்க்கும் தெரியாமல் படி...!''

✸ ✸ ✸

சர்புதீன் அகலமான புன்னகையோடு கெளசிக்கை ஏறிட்டான். ''மிஸ்டர் கெளசிக்... மஹிமா இஸ் எ வொண்டர்ஃபுல் பர்சன்... நானும் இம்ராவும் இந்த 'அரேபிய ரோஜா' ப்ராஜெக்ட்டில் ஒரு தெளிவான விளக்கத்தை எதிர்பார்த்துத்தான் துபாயிலிருந்து சென்னைக்குப் புறப்பட்டு வந்தோம். மஹிமா கொடுக்கும் விளக்கம் திருப்தி தராத பட்சத்தில், ப்ராஜெக்ட்டையே ட்ராப் செய்வதுதான் எங்கள் முடிவான எண்ணமாக இருந்தது. ஆனால், அந்த எண்ணம் இப்போது தவிடு பொடியாகிவிட்டது... இனிமேலும் அரேபிய ரோஜாவை நாம் தாமதப்படுத்தக் காரணங்களைச் சொல்லிக்கொண்டு இருக்க முடியாது. மிஸ் மஹிமாவை உடனடியாகத் துபாய்க்கு அனுப்பி வையுங்கள்.''

கெளசிக்கின் இதழ்க்கோடியில் சிறு சிரிப்பொன்று அரும்பியது. ''அதற்கான ஒரு நாளையும் நீங்களே குறித்துவிடுங்கள் மிஸ்டர் சர்புதீன்.''

''ஷ்யூர்'' என்று சொன்ன சர்புதீன் இம்ராவிடம் திரும்பினான்.

''இம்ரா...! நீ சொல்... மஹிமாவை எப்போது துபாய்க்கு வரச் சொல்லலாம்?''

''ஃப்ரைடே இஸ் ஆல்வேஸ் அவர் ஆஸ்பிஷியஸ் டே... அன்றைக்கே மஹிமாவை வரச் சொல்லிவிடுவோம்...''

''மிஸ் மஹிமா... இதில் உங்களுக்குச் சம்மதமா? வரும் வெள்ளிக்கிழமை நீங்கள் துபாயில் இருக்க வேண்டும். அதற்கு ஏற்றபடி உங்களைத் தயார்படுத்திக்கொள்ள முடியுமா?''

''நான் நேற்றைக்கே தயாராகிட்டேன்.'' மஹிமா சொல்ல ஒரு விநாடி திகைத்த இம்ராவும் சர்புதீலும் பிறகு, அண்ணாந்து வாய்விட்டுச் சிரித்தார்கள்.

''திஸ் இஸ் மஹிமா!'' என்றார் கௌசிக்.

சிரிப்பும் துள்ளலுமாய் மேலும் ஒரு பத்து நிமிட நேரம் பேசிக்கொண்டிருந்துவிட்டு தன்னுடைய அறைக்குள் நுழைந்தாள் மஹிமா.

மனதுக்குள் ஒரு மெகா சைஸ் கேள்வி உற்பத்தியாகி பதிலுக்குக் காத்திருந்தது.

'இம்ரா மோதிரத்தை எனக்கு அணிவித்த விநாடி ஒரு கசங்கிய காகித உருண்டையையும் திணித்துத் தனியாய் இருக்கும்போது அதைப் படிக்கச் சொன்னாளே... அந்தக் காகிதத்தில் அப்படி என்ன எழுதியிருப்பாள்?'

மஹிமா அறைக்கதவை சாத்தித் தாழிட்டுவிட்டுத் தன் இடுப்புப் பகுதிக்குக் கையைக் கொண்டுசென்று அந்தக் கசங்கிய காகித உருண்டையை வெளியில் எடுத்தாள், மெதுவாய்ப் பிரித்தாள். அது ஒரு சதுர காகிதமாய் மாறியிருக்க பால் பாயின்ட் பேனாவால் எழுதப்பட்ட ஆங்கில வரிகள் பார்வைக்குத் தட்டுப்பட்டன.

பதற்றமாய்ப் படிக்க ஆரம்பித்தாள்.

மனசுக்குள் தமிழாக்கம் ஓடியது.

''மஹிமா! நீங்கள் எப்போது துபாய் புறப்பட்டு வந்தாலும் சரி, விமான நிலையத்தில் இறங்கியதும் இமிக்ரேஷன் நடைமுறைகளை முடித்துக்கொண்டு என்னை செல்போனில் தொடர்புகொண்டு பேசவும். என்னுடைய துபாய் செல்நம்பரை கீழே எழுதியுள்ளேன். அரேபிய ரோஜாவுக்குள் ஒரு பூநாகம் தூங்கிக் கொண்டு இருக்கிறது. இந்தக் கடிதத்தை அலட்சியப்படுத்த வேண்டாம். இதில் எழுதப்பட்டிருக்கும் ஒவ்வொரு எழுத்தையும் நம்புங்கள்.''

மஹிமா கடிதத்தின் கடைசி வரியில் இருக்கும்போது அறையின் கதவு மெலிதாய்த் தட்டப்பட்டது. அவசர அவசரமாய் அந்தக் கடிதத்தை மேஜையின் இழுப்பறைக்குள் போட்டுவிட்டு பின்னங்கழுத்தில் துளிர்த்திருந்த வியர்வையைச் சேலைத்தலைப்பால் ஒற்றிக்கொண்டே போய்க் கதவைத் திறந்தாள்.

வெளியே நிஷா நின்றிருந்தாள். லிப்ஸ்டிக் பூசிய அவளுடைய அடர்த்தியான சிவப்பு உதடுகள் ஸ்லோமோஷனில் விரிய, சீராய் இழுக்கப்பட்ட சாக்பீஸ் கோடு மாதிரி பல்வரிசை தெரிந்தது.

''ஸாரி மஹிமா...''

''எதுக்கு ஸாரி?''

''இல்ல... அறையோட கதவை உள்பக்கமாய்த் தாழ் போட்டுட்டு ஏதோ ஒரு முக்கியமான வேலையில் இருந்தீங்க போலிருக்கு. நான் கதவைத் தட்டி டிஸ்டர்ப் பண்ணிட்டேன்.''

''நோ பிராப்ளம். விஷயம் என்னன்னு சொல்லுங்க.''

நிஷா தன் கையில் வைத்திருந்த பிரிண்ட் அவுட் தாள் ஒன்றை மஹிமாவிடம் நீட்டினாள்.

''என்ன இது?''

''வர்ற வியாழக்கிழமை நீங்க துபாய் புறப்படுறீங்க. அதுக்கான ஃப்ளைட் டிக்கெட். அல்-அராஃபத் கம்பெனி 'பிசினஸ் க்ளாஸ்'ல டிக்கெட் அனுப்பியிருக்காங்க...''

மஹிமா வாங்கிப் பார்த்தாள். கண்களில் சின்னதாய் ஓர் ஆச்சர்ய அலையடித்தது. நிஷாவை ஏறிட்டாள்.

''சாயந்தரம் ஆறு மணிக்கு ஃப்ளைட். சென்னையிலிருந்து துபாய்க்கு ட்ராவல் டைம் நாலேகால் மணி நேரம். நான் துபாய் போகும் போது சென்னையில் நேரம் பத்தே காலாகவும், துபாயில் எட்டே காலாகவும் இருக்கும், இல்லையா நிஷா...?''

''ஆமா, இதில் என்ன பிரச்சனை மஹிமா?''

''நிஜமா பிரச்சனை என்னன்னு உனக்குத் தெரியலையா நிஷா?''

''ஸாரி... என்னால யூகிக்க முடியல.''

''நான் துபாய் ஏர்போர்ட் போய்ச் சேர்ந்து இமிக்ரேஷன் நடவடிக்கைகளை ஃபேஸ் பண்ணிட்டு 'ப்ளக்கார்ட்ஸ்' பாயின்டுக்குப் போறதுக்குள்ள எப்படியும் ஒரு மணி நேரமாகிடும். அதாவது ஒன்பதே கால். தட் இஸ் வெரி அன்யூஷ்வல் டைம்...''

நிஷா சிரித்தாள். ''என்ன பயப்படுறியா?''

''அது பயமில்லை. பகல் நேரத்துல ஃப்ளைட்ஸ் இருக்கறப்போ தேவையில்லாம 'அன்டைம் ஃப்ளைட்' எதுக்குன்னு ஒரு நெருடல். அவ்வளவுதான்.''

''துபாய்க்கு ஃப்ளைட் எத்தனை மணிக்குப் போய்ச்சேர்ந்தா என்ன மஹிமா? உங்களுக்கு 'ரெட்கார்ப்பெட்வெல்கம்' குடுத்து 'ரோல்ஸ்ராய்' கார்ல 'ஹேங்கிங் ஹெவன்'கிற செவன் ஸ்டார் ஹோட்டலுக்குக் கூட்டிட்டுப்போக ஆள் அங்கே வெயிட் பண்ணிட்டிருப்பாங்க. இதோ அதுக்கான ஃபார்மல் லெட்டர்.''

நிஷா சொல்லிக்கொண்டே தன் கையில் வைத்திருந்த ஃபைலைப் பிரித்து இன்னொரு கம்ப்யூட்டர் தாளை எடுத்துக் கொடுத்தாள். மஹிமா அதைப் படித்துக்கொண்டிருக்கும்போதே நிஷா சிறு சிரிப்போடு பேச்சைத் தொடர்ந்தாள்.

''இதுக்கு மேலும் உங்களுக்கு பயமிருந்தா சொல்லுங்க. அல்-அராஃபத் டெக் பீப்புள்கிட்ட பேசி பட்டப்பகலில் துபாய் போய் இறங்கிற மாதிரி டிக்கெட் போடச் சொல்லுவோம்.''

மஹிமாவின் முகத்தில் கோப ரத்தம் ஒரு வரி ஓடியது.

''நிஷா... மைண்ட் அண்ட் கவுண்ட் யுவர் வேர்ட்ஸ். எனக்கு பயமா இருக்குறப்போ உனக்கு கால் பண்றேன். அப்ப நீ என்னோட அறைக்கு வந்தா போதும். நவ்... ப்ளீஸ் கெட் லாஸ்ட்.''

நிஷா தன்னுடைய புன்சிரிப்பினின்றும் சற்றும் விலகாமல் ''வேர் தேர் இஸ் ஏங்கர் தேர் இஸ் மச் மோர் நாலேட்ஜ்'' என்று சொல்லிவிட்டு அந்த இடத்தைவிட்டு ஸ்லோமோஷனில் நகர்ந்தாள்.

அவள் போன பிறகு மஹிமா நெற்றியைப் பிடித்துக்கொண்டு நாற்காலியில் சாய்ந்தாள். ஏசி அந்த அறையை ஊட்டியாய் மாற்றியிருந்தாலும், நெற்றியும் பின்னங் கழுத்தும் வியர்த்து சொத சொதத்தது.

மனதுக்குள் முதன்முறையாய் உண்மையான பயம், தன் ஒரு விரலை நீட்டியது. எச்சரித்தது.

'மஹி...! யோசனை பண்ணு...!'

'தீதும் நன்றும் பிறர் தர வாரா.'

போன வாரம் டிவியில் ஒரு ஆன்மீகப் பேச்சாளர் சொன்ன வரி இப்போது செவிக்குள் கேட்டது.

'என்ன செய்யலாம்?'

'சகாதேவ்கிட்ட பேசிப் பார்க்கலாம்!'

தன்னுடைய செல்போனை எடுத்து கனடாவில் இருக்கும் சகாதேவின் எண்ணைத் தேய்த்தாள்.

மறு முனையில் ரிங் போயிற்று.

ஒரு நீண்ட ரிங்டோனுக்கு பிறகு குரல் கேட்டது.

''எஸ்...''

அது வேறு ஒரு ஆணின் குரல்.

''மிஸ்டர் சகாதேவ்?''

''நீங்க...?''

''நான் மஹிமா...அவருடைய ஃபியான்ஸே.''

''ஓ...! நீங்களா சிஸ்டர்... நானே உங்களுக்கு போன் பண்ணிப் பேசலாம்னு இருந்தேன்.''

''ஏன், என்னாச்சு?''

''சிஸ்டர்... நான் சகாதேவோட ஃப்ரெண்ட். ரூம் மேட் ஷ்யாம் பாபு... நான் இப்ப சொல்லப்போற விஷயத்தைக் கேட்டு டென்ஷன் ஆகாதீங்க. டோன்ட் பேனிக்... நேற்றைக்கு ராத்திரி எட்டு மணி சுமாருக்கு வெளியே போன சகாதேவ் இந்த நிமிஷம் வரை அறைக்குத் திரும்ப வரலை... செல்போனையும் எடுத்துட்டுப் போகலை... உங்களுக்கு ஏதாவது தகவல் தெரியுமா?''

✳ ✳ ✳

மஹிமாவுக்குத் தன்னுடைய ரத்த ஓட்டம் ஸ்தம்பித்துவிட்டது போன்ற உணர்வில், சில விநாடிகள் காதில் செல்போனை வைத்துக்கொண்டு அப்படியே நின்றாள்.

எதிர்முனையில் ஷயாம்பாபுவின் குரல் மறுபடியும் கேட்டது.

''சிஸ்டர் மஹிமா... ஆர் யூ தேர்...?''

சுய உணர்வுக்கு மீண்டாள் மஹிமா.

''எ... எ... எஸ்... ஐயாம் ஹியர்... நீங்க என்ன சொன்னீங்க ஷயாம்பாபு? நேத்து ராத்திரி வெளியே போன சகாதேவ் இந்த நிமிஷம் வரைக்கும் அறைக்குத் திரும்பலையா?''

''ஆமா...''

''எங்கே போறதா சொன்னார்?''

''ஒட்டாவா பிளாஸால இருக்கிற ஒரு சைனீஸ் ரெஸ்டாரென்ட்டுக்கு நைட் டின்னர் சாப்பிடப் போறதா சொன்னார். மணி பத்தாகியும் திரும்பி வராமப் போனதும்தான், நான் அந்த ரெஸ்டாரன்ட்டுக்குப் போய்ப் பார்த்தேன். சகாதேவ் அங்கே இல்ல... ரெஸ்டாரன்ட்

மேனேஜர் கெளலூன் எனக்கு நல்ல பழக்கம். அவர்கிட்ட சகாதேவ் பற்றி விசாரிச்சேன். சகாதேவ் அங்கே வரவேயில்லைனு சொன்னார். பக்கத்துல ஒரு இந்தியன் ரெஸ்டாரென்ட் இருந்தது. அங்கேயும் போய் விசாரிச்சேன். சகாதேவ் அங்கேயும் போகலை... நான் அறைக்குத் திரும்பிட்டேன். ராத்திரி பன்னிரெண்டு மணி வரைக்கும் வெயிட் பண்ணிப் பார்த்துட்டு என்னை மறந்து தூங்கிட்டேன்... காலையில் லேட்டாதான் முழிப்பு வந்திச்சு. நான் ஆபீஸுக்கு லீவு போட்டுட்டு மேற்கொண்டு என்ன பண்றதுன்னு தெரியாம அறைக்குள்ளே உட்கார்ந்துட்டு இருக்கேன் சிஸ்டர்...''

பதற்றமானாள் மஹிமா. ''ஷ்யாம்... அவரோட ஃப்ரெண்ட்ஸ் சர்க்கிள்ல விசாரிச்சுப் பார்த்தீங்களா...?''

''சகாதேவுக்கு என்னைத் தவிர ஃப்ரெண்ட்ஸ் வேற யாரும் கிடையாது...'' என்று சொல்லிக்கொண்டிருந்த ஷ்யாம்பாபு சட்டென்று அவசர அவசரமாய்க் குரலைத் தாழ்த்தினான்.

''சிஸ்டர்... ஒரு நிமிஷம்...''

''ஏன்... என்னாச்சு?''

''நாங்க இருக்கிற வில்லாவுக்கு முன்னாடி ஒரு போலீஸ் பேட்ரோலிங் கார் வந்து நிக்குது. அந்தக் காரிலிருந்து ரெண்டு போலீஸ் சர்ஜென்ட்டுகளோட சகாதேவ் இறங்கிட்டுருக்கார்...''

மஹிமா நொறுங்கினாள்... குரல் கம்மியது.

''எ... எ... என்ன சொல்றீங்க ஷ்யாம்... அது போலீஸ் கார்தானா?''

''ஆமா சிஸ்டர்... போனை கட் பண்ணுங்க... நான் விபரம் என்னன்னு தெரிஞ்சுக்கிட்டு மறுபடியும் உங்களுக்கு போன் பண்றேன்.''

''ப்ளீஸ்... நான் லைனை கட் பண்ணலை. வெயிட் பண்ணிட்டிருக்கேன்!''

''ஓகே சிஸ்டர்... அப்படியே லைன்ல இருங்க.''

மறுமுனையில் ஷ்யாம்பாபுவின் குரல் தேய்ந்து போய்விட மஹிமாவின் இருதயம் ஒரு பந்தயக் குதிரையாய் மாறியிருந்தது. வியர்வைச் சுரப்பிகள் வெந்நீர் ஊற்றுகளாய் உடைப்பெடுத்துக் கொண்டன. நாற்காலியில் சாய்ந்து கண்களை மூடிக் காத்திருந்தாள்.

சரியாய்ப் பத்து நிமிடங்களுக்குப் பிறகு சகாதேவின் குரல் கேட்டது. ''ஹாய் மஹி...!''

''சகா! என்னாச்சு உங்களுக்கு...?''

''மஹி... பதட்டப்படவேண்டாம்... ஒரு சின்னப் பிரச்சனைதான்!''

''என்னது... சின்னப் பிரச்சனையா...? நேத்து ராத்திரி எட்டு மணிக்கு டின்னர் சாப்பிட வெளியே போன நீங்க, ஒரு முழு ராத்திரியும் அறைக்குத் திரும்பாம இப்போ போலீஸ் பேட்ரோலிங் கார்ல சார்ஜென்டுகளோட வந்து இறங்கறது சாதாரண பிரச்சனையா... என்ன நடந்தது சொல்லுங்க...?''

''மஹி... நேத்து ராத்திரி எட்டு மணி சுமாருக்கு சைனீஸ் ரெஸ்டாரன்ட்டுக்குச் சாப்பிடப் போனேன். வழியில் ஒரு பாலத்துக்குக் கீழே அந்த நாட்டு யூத் ஒருத்தன் என்னை வழிமறிச்சு பத்து டாலர் பணம் கேட்டு மிரட்டினான். எதுக்கு வம்பு. கேட்ட பணத்தைக் கொடுத்துடலாம்னு நினைச்சுட்டு இருக்கும்போதே, அவன் என்னோட சர்ட் பாக்கெட்டுக்குள்ளே கையை விட்டான். இதை எதிர்பார்க்காத நான் அவனோட கையைத் தட்டிவிட்டேன். சின்ன தட்டல்தான். நல்ல போதையில் இருந்த அவன் நிலைதடுமாறிக் கீழே விழுந்துட்டான். விழுந்தவன் எழுந்திருக்கவே

யில்லை. அப்போ அந்தப் பக்கமா ஒரு போலீஸ் பேட்ரோலிங் கார் வந்திச்சு. சார்ஜென்ட் இறங்கி விபரம் கேட்டாங்க. நான் நடந்ததைச் சொன்னேன். அவன் கண் விழிச்சு உண்மையைச் சொல்கிற வரை போலீஸ் கஸ்டடியில்தான் இருக்கணும்னு அப்ஸர்வேஷன் செல்லுக்குக் கூட்டிட்டுப் போய் உட்கார வெச்சுட்டாங்க. செல்போனை ரூம்லேயே விட்டுட்டுப் போயிட்டதால ஷ்யாம்பாபுவுக்கும் தகவல் கொடுக்க முடியலை. ராத்திரி பூராவும் எனக்குத் துளி தூக்கமில்லை. ஒருமணி நேரத்துக்கு முன்னாடிதான் அந்த யூத் போதை தெளிஞ்சு சுயஉணர்வுக்கு வந்தான். என்கிட்ட பணம் கேட்டதுகூட அவனுக்கு ஞாபகமில்லை. போலீஸ்கிட்டையும் என்கிட்டையும் மாறி மாறி நூறு தடவையாவது 'ஸாரி' சொல்லியிருப்பான். போலீஸும் அதே 'ஸாரி' சொல்லி வீட்ல கொண்டுவந்து விட்டுட்டாங்க... எப்படியோ, இந்தச் சம்பவம் ஒரு அனுபவம். இப்படி ஒரு சம்பவம் நடந்தது நம்ம ரெண்டு பேர் வீட்ல இருக்கிற யார்க்கும் தெரிய வேண்டாம். அது இருக்கட்டும். துபாய்க்கு நீ எப்போ பறக்கப்போறே?''

''வர்ற வியாழக்கிழமை சாயந்தரம் ஆறுமணி ஃப்ளைட்ல புறப்படுறேன்...''

''நிச்சயமா?''

''டிக்கெட் கையில் இருக்கு...!''

''துபாய் போறதுல உனக்கு சந்தோசமில்லை போலிருக்கு? உன் குரல்லயே தெரியுது.''

''சேச்சே... அப்படியெல்லாம் ஒண்ணுமில்லை. இந்தச் சென்னை வெயிலுக்கு ரெண்டு தடவை ஜூஸ் வாட்டர் சாப்பிட்டதோட விளைவு தொண்டை கட்டிக்கிச்சு... மாத்திரை போட்டுக்கிட்டேன். நாளைக்கெல்லாம் சரியாகிடும்.''

''மறுபடியும் மிரட்டல் ஏதாவது வந்ததா?''

"வரலை..."

"எனக்கும் வரலை...! இதோ பார் மஹி... யார் என்ன சொல்லி மிரட்டினாலும் சரி, துபாய் பயணத்திலிருந்தும், அரேபிய ரோஜா ப்ராஜெக்ட்டிலிருந்தும் நீ பின் வாங்கக் கூடாது."

"ம்..."

"என்ன... ம்...? உன்கிட்டே ஏதோ ஒண்ணு மிஸ்ஸிங். நேத்து உன்னோட குரல்ல தெளிவா இருந்த சந்தோஷம் இப்ப இல்லை. என்ன பயந்துட்டியா...?"

மஹிமா ஒரே ஒரு விநாடி தான் யோசித்தாள்.

'சகாதேவிடம் எல்லாவற்றையும் சொல்லிவிடலாமா?'

அடுத்த விநாடியே அந்த யோசனை தன் மூச்சை நிறுத்திக்கொண்டது.

மறுமுனையில் சகாதேவ் பேசினான்.

"என்ன பேச்சையே காணோம் மஹி... நாம ஒரு இலக்கை நோக்கிப் பயணப்பட்டா, பிரச்சனைகள் வரத்தான் செய்யும். என்னையே எடுத்துக்க... நேத்து ராத்திரி நான் டின்னர் சாப்பிட வெளியே போனேன். ஒரு பிரச்சனையை ஃபேஸ் பண்ணி அதிலிருந்து மீண்டு வர படாத பாடுபட்டேன்... அது மாதிரி...!"

சகாதேவின் பேச்சில் குறுக்கிட்டாள் மஹிமா.

"இனிமே உங்களோடு பேசுறதாயிருந்தா நான் துபாயிலிருந்து தான் பேசுவேன்."

"தட்ஸ் குட்... தட்ஸ் மை மஹி!" சகாதேவ் மறுமுனையில் பரவசமாக, மஹிமாவின் மேஜையின் மேல் இருந்த இன்டர்காம் மெலிதாய் முணுமுணுத்தது. ரிசீவரை எடுத்து வலது காதுக்குக் கொடுத்தாள்.

மறுமுனையில் கம்பெனியின் சீஃப் ஹெச்.ஆர்.ஓ. விக்ரம் சர்மா பேசினார். "நான் இப்போ உங்க அறைக்கு வரலாமா மிஸ். மஹிமா...?"

"வாங்க..."

"ஒரு ரெண்டு நிமிஷ வேலைதான்."

"ப்ளீஸ் கம் ஸார்..." மஹிமா இன்டர்காம் ரிஸீவரை வைத்துவிட்டு, சகாதேவிடம் விஷயத்தைச் சொல்லி செல்போன் இணைப்பைத் துண்டித்துவிட்டு, விக்ரம் சர்மாவுக்காகக் காத்திருந்தாள்.

ஐந்து நிமிடம் கழித்து அவர் வந்தார். ஐம்பது வயதைத் தொட்டிருந்த விக்ரம் சர்மா ஆறடி உயரத்தில், பிஸ்கெட் நிற சூட் தரித்து கம்பீரம் காட்டினார். கையில் ஒரு பாலிவினைல் ஃபைல். உதடுகள் பிரியாமல் சிரித்தார்.

"ஒரு ரெண்டு நிமிஷ வேலைதான்."

"விஷயம் என்னன்னு சொல்லுங்க ஸார்."

"இதைப் பாருங்களேன்" என்று சொன்ன விக்ரம் சர்மா ஃபைலிலிருந்து முத்திரைத் தாள் சிலவற்றை எடுத்து மஹிமாவிடம் நீட்டினார்.

"என்ன இது...?"

"படிச்சுப் பாருங்க."

மஹிமா அந்த முத்திரைத்தாள்களைப் புரட்டிப் படிக்க ஆரம்பித்தாள்.

அழகான அவளுடைய முகம் விதவிதமாக மாற ஆரம்பித்தது.

✱ ✱ ✱

11

‘‘**வா**ட் ஈஸ் திஸ்?’’

‘‘செல்ஃப் டிக்ளரேஷன் ஆஃப் எம்ப்ளாயீஸ் ஃபார்மட்.’’

‘‘அது தெரியுது மிஸ்டர் விக்ரம் சர்மா! இது இப்போ எதற்காக?’’

விக்ரம் சர்மாவின் உதடுகளில் ஒரு சிறிய கேலிப் புன்னகை உதித்தது. ‘‘இந்த முத்திரைத்தாள்ல டைப் செஞ்சிருக்கிற வாசகங்களை முழுசாப் படிச்சுப் பார்த்தீங்களா?’’

‘‘ம்... படிச்சேன்.’’

‘‘படிச்சிருந்தா புரிஞ்சிருக்கணுமே? நீங்க ‘அரேபிய ரோஜா’ ப்ராஜெக்ட்டுக்காத் துபாய் போற விஷயம் நூறு சதவீதம் உறுதியாயடிடுச்சு. துபாய்ல உங்களுக்குப் பாதுகாப்பற்ற நிலையை உருவாயிருக்கிறதாகவும், அங்க உங்க உயிருக்கு ஆபத்து ஏற்படுற சூழல் இருக்கிறதாகவும் நம் கம்பெனி ஈ.டி. மிஸ்டர் கெளசிக் சொன்னார். நான் இந்த கம்பெனியோட ஹெச்.ஆர்.ஓ. என்ற முறையில் அது சம்பந்தமா ஒரு சட்டரீதியான நடவடிக்கை எடுக்க வேண்டியிருக்கு. அதுதான் இந்த செல்ஃப் டிக்ளரேஷன்.’’

மஹிமா எரிச்சலாய் தன் இடதுகையின் ஆட்காட்டி விரலை உயர்த்தினாள். ''போதும் மிஸ்டர் சர்மா... அந்த செல்ஃப் டிக்ளரேஷன்ல எழுதியிருக்கிற வார்த்தைகளைப் புரிஞ்சிக்க முடியாத அளவுக்குள்ளென் மூளையோட நியூரான்கள் முடமாகிடல. நீங்க என்கிட்ட கொடுத்த அந்த அக்ரிமென்டோட சாராம்சம் என்னங்கிறதை இரண்டே வரிகள்ல சொல்லிடுறேன்.''

''சொல்லுங்க மஹிமா, கேட்டுக்கிறேன்!''

''துபாய்ல எனக்கு ஏதோ ஒரு பிரச்சனை இருக்குன்னு தெரிஞ்சும், நம்ம ஈ.டி. மிஸ்டர் கௌசிக் இந்த 'அரேபிய ரோஜா' ப்ராஜெக்ட்டுக்காக வேற ஒரு ஆண் ஊழியரை அனுப்பலாம்னு சொன்னதையும் கேக்காம, நான் என்னோட சுய விருப்பத்தின் பேரில் துபாய் போறேன். துபாய்ல நான் இருக்கிற நாட்கள்ல எனக்கு ஏதாவது பிரச்சனை ஏற்பட்டாலோ, என் உயிருக்கு ஆபத்து ஏற்பட்டாலோ கம்பெனியோட நிர்வாக அமைப்பு எந்த விதத்திலும் பொறுப்பாகாதுங்கிறதை இந்த ஒப்பந்தத்தின் மூலம் தெளிவுபடத் தெரியப்படுத்தி, அதை உறுதி செய்ற வகையில் கையெழுத்துப் போடுறேன்!''

விக்ரம் சர்மா சிரித்தார்.

''துளி மேகம்கூட இல்லாத நீலவானம் போல க்ரிஸ்டல் க்ளியர் ஸ்டேட்மென்ட்...''

''கையெழுத்தை எங்கே போடணும் மிஸ்டர் சர்மா?''

''இதோ...இங்கே...'' என்று மூன்றாவது தாளின் அடிப்பாகத்தைக் காட்டியவர், ''ஒன் மோர் ரெக்வெஸ்ட்'' என்றார்.

''என்ன?''

''உங்களோட இடது, வலது பெருவிரல் ரேகைகளையும்

கையெழுத்துக்குப் பக்கத்தில் வைக்கணும்.''

மஹிமாவின் இரண்டு புருவங்களும் நெருங்கி ஓர் அவசர முடிச்சுப் போட்டுக்கொண்டன.

''இது என்ன புது வழக்கம்?''

''ஸாரி மிஸ் மஹிமா... இது புது வழக்கம் இல்லை. நம்ம கம்பெனியில கடந்த பத்து வருஷமா நடைமுறையில இருக்கிற பழக்கம்தான். செல்•ஃப் டிக்ளரேஷன் பத்திரத்தில் கையெழுத்துப் போடுறவங்க, அவங்களோட ரெண்டு பெருவிரல் ரேகைகளையும் ஆக்ஸாலிக் ரசாயனப் பௌடர் மூலம் பதிவு செய்யணும். அதுவும் ஒரு பப்ளிக் பிராஸிக்யூட்டர் முன்னிலையில்...''

''வாட் நான்சென்ஸ் ஆர் யூ டாக்கிங்?''

''நோ மஹிமா... ஐயாம் டாக்கிங் வித் சென்ஸ்.''

''இதெல்லாம் மிஸ்டர் கௌசிக்குக்குத் தெரியுமா...?''

''அவர் கொடுத்த இன்ஸ்ட்ரக்ஷன்தானே இது? அவர் வாயசைக்காம இந்தக் கம்பெனியில காத்துகூட அசையாதே... வேணும்ன்னா ஈ.டிகிட்டப் பேசிப்பார்த்துட்டு அதுக்குப் பிறகு ரேகைகளைப் பதிவுசெய்யுங்க.''

''வேணாம்... கம்பெனி சட்டவிதிமுறைகள் எப்படி இருக்கிறதோ, அப்படியே நடக்கட்டும்... பை தி பை... பப்ளிக் பிராஸிக்யூட்டர் எங்கே?''

''ஈ.டி. ரூம்ல உட்கார்ந்து பேசிட்டிருந்தார். ஒரு மிஸ்டு கால் கொடுத்தா போதும்... அடுத்த இரண்டாவது நிமிடம் இங்கே இருப்பார். மிஸ்டு கால் கொடுக்கட்டுமா?''

''ம்...'' மஹிமா தலையசைக்க, விக்ரம் சர்மா தன் செல்போனை எடுத்து ஓர் எண்ணைத் தேய்த்துவிட்டு இரண்டு முறை ரிங் போனதும் அணைத்தார்.

''ஷீ ஈஸ் கம்மிங்...''

''லெட் அஸ் வெயிட்...'' மஹிமா சொல்லிவிட்டு பெருமூச்சொன்றை வெளியேற்ற, விக்ரம் சர்மா குரலைத் தாழ்த்தினார்.

''இப்போதும் காலம் கடந்துடல. துபாய் பயணம் வேணாம்னு நெனைச்சா, சொல்லிடுங்க. பயணத்தை ரத்து செஞ்சிடலாம். இந்த செல்ஃப் டிக்ளரேஷன் தாளைக் கசக்கி அந்தக் குப்பைக் கூடையில் போட்டுடலாம்.''

மஹிமா, விக்ரம் சர்மாவை ஏறிட்டாள்.

''சரி... பயணத்தை ரத்து செஞ்சிடுங்க.''

''மிஸ் மஹிமா... உண்மையையத்தான் சொல்றீங்களா?''

''இதில் பொய் சொல்ல என்ன இருக்கு? வியாழன் மாலை ஆறு மணிக்கு நான் துபாய் போக இருந்த விமானப் பயணத்தை ரத்து செஞ்சிடுங்க. அதற்குப் பதிலா ஒருநாள் முன்னதா புதன் கிழமைக்கு துபாய் பயணத்துக்கான விமான டிக்கெட்டைப் பதிவு செஞ்சிடுங்க...''

விக்ரம் சர்மா சிரித்தார். ''இப்படியொரு பதிலை உங்ககிட்ட இருந்து நான் எதிர்பார்க்கல...''

''தட் ஈஸ் மஹிமா...'' இறுகிப்போன முகத்துடன் மஹிமா பதில் சொல்லிக் கொண்டிருக்கும் போதே அறைக்கதவு மெலிதாய்த் தட்டப்படும் சத்தம் கேட்டது.

''பி.பி. வந்துட்டாங்கன்னு நினைக்கிறேன்.''

விக்ரம் சர்மா தனக்குள் முனகிவிட்டு கதவைப் பார்த்துக் குரல் கொடுத்தார்.

''ப்ளீஸ் கெட் இன்.''

அந்த ஐம்பது வயதுப் பெண்மணி தன் கையில் வைத்திருந்த லெதர் பேக்கோடு உள்ளே வந்தாள். சற்றே சதை போட்ட உடம்பு. நரை கொண்டை. கஞ்சி தோய்த்து அயர்ன் செய்யப்பட்ட காட்டன் சேலை. புன்னகைக்கத் தெரியாது என்று சொல்லும் உதடுகள்.

விக்ரம் சர்மா அறிமுகப்படுத்தினார். ''மிஸ் மஹிமா... இவங்கதான் தாராசந்திரிகா. பப்ளிக் பிராஸிக்யூட்டர். நம்ம ஈ.டி.க்குத் தெரிஞ்சவங்க. நம்ம கம்பெனிக்குக் கூடிய சீக்கிரம் லீகல் அட்வைஸரா வரப்போறாங்க.''

''ஹலோ மேடம்'' என்றாள் மஹிமா.

அவளுடைய 'ஹலோ'வைப் பொருட்படுத்தாத தாராசந்திரிகா ''இன்னும் மூணு மாசத்துல உனக்குக் கல்யாணமாமே... உண்மையா?'' என்று கேட்டாள்.

''ஆமா மேடம்.''

''இந்த துபாய் பயணதில ஏதோ பிரச்சனை இருக்குன்னு கௌசிக் சொன்னார். ஆனா, நீயோ போகணும்ன்னு பிடிவாதம் பிடிக்கிறே. காரணம் ஏதாவது இருக்கா?''

''ஆமா...இருக்கு.''

''என்ன காரணம்?''

''எனக்குப் பிரச்சனைனா ரொம்பப் பிடிக்கும் மேடம்.''

மஹிமாவின் இந்தத் துணிச்சலான பதிலால் லேசாய் நிலைகுலைந்த தாராசந்திரிகா, சில விநாடிகள் மௌனமாய் இருந்துவிட்டுக் கேட்டாள்.

''நீ இப்படியொரு ஆபத்தான பயணத்தை மேற்கொள்வது உன்னோட ஃபேமிலி மெம்பர்ஸுக்குத் தெரியாது போலிருக்கு?''

''ஆமா... நான் ஒரு ப்ராஜெக்ட் விஷயமா துபாய்

போறேன்னு மட்டும் தெரியும். ஆனா, நான் கல்யாணம் பண்ணிக்கப்போற என்னோட 'உட்பி'க்கு எல்லா விஷயமும் தெரியும். இன்னும் சொல்லப்போனா, இந்த அளவுக்கு எனக்கு தெரியம் கொடுத்ததே அவர்தான்.''

''சரி... இந்த செல்ஃப் டிக்ளரேஷன் பூராவையும் படிச்சுப் பார்த்தியா?''

''ஒரு எழுத்து விடாம...''

''உனக்குச் சம்மதமா?''

''ஹண்ட்ரட் பர்சென்ட்.''

''அப்ப, முதல்ல உன் கையெழுத்தைப் போடு.''

மஹிமா கையெழுத்தைப் போட்டாள். அவள் கையெழுத்துப் போட்டுக்கொண்டு இருக்கும்போது தாராசந்திரிகா தன்னுடைய கைப்பையிலிருந்து அந்தச் சிறிய பாட்டிலை எடுத்தாள். அந்த பாட்டிலின் மேல் 'ஆக்ஸாலிக் ஃபிங்கர் பிரின்ட் இங்க்' என்ற எழுத்துக்கள் பளிச்சென்று தெரிந்தன. அதனுடைய மூடியைத் திறந்துகொண்டே தாராசந்திரிகா சொன்னாள்.

''உங்க ரெண்டு பெருவிரல்களையும் காட்டுங்க.''

மஹிமா தன்னுடைய இரண்டு கைவிரல்களையும் நீட்ட ஒரு சிறிய பிரஷ்ஷில் ஃபிங்கர் பிரின்ட் மையைத் தொட்ட தாராசந்திரிகா, அதை மஹிமாவின் விரல்களில் தேய்த்துக்கொண்டே ஏற்ற இறக்கக் குரலோடு சொன்னாள்.

''இந்த நிமிஷத்திலிருந்து உன்னோட துபாய் பயணம் ஆரம்பமாகிடுச்சு. கவுன்ட்டவுன் ஸ்டார்ட்ஸ்.''

* * *

12

நேரம் ஐந்து மணி.

விமானம் புறப்பட இன்னமும் ஒரு மணி நேரம் இருக்கிறது. ஐந்தரை மணிக்கெல்லாம் போர்டிங் ஆரம்பித்துவிடுவார்கள்.

'அரேபிய ரோஜா' என்ற வார்த்தையை நினைத்தாலே அடிவயிற்றில் அமிலம் சுரப்பதை அவளால் உணர முடிந்தது.

'அங்கே துபாயில் எனக்காக யார் எது மாதிரியான ஆபத்தோடு காத்திருக்கிறார்கள்?'

புருவங்களின் மேல் கனத்த வியர்வையைத் துடைக்க கைப்பையில் இருந்த கைக்குட்டையை எடுத்த விநாடி அவளுடைய செல்போன் குரல் கொடுத்தது. எடுத்துப் பார்த்தாள்.

மறுமுனையில் சகாதேவ்.

''என்ன மஹி... நீ இப்ப ஏர்போர்ட்ல இருப்பேன்னு நெனைக்கிறேன். ஆம் ஐ கரெக்ட்?''

''ஆமா... லெளஞ்சில் உட்கார்ந்து போர்டிங் காலுக்காக வெயிட் பண்ணிட்டிருக்கேன்...''

''என்னோட வீட்டைச் சேர்ந்தவங்களும், உன்னோட வீட்டைச் சேர்ந்தவங்களும் உன்னை வழியனுப்பி வைக்க ஏர்போர்ட் வந்திருந்தாங்க போலிருக்கு?''

''ஆமா... வேண்டாம்னு சொல்லியும் கேட்கலை. ஏர்போர்ட் என்ட்ரன்ஸ்ல ஒரு அரைமணி நேரம் எமோஷனல் ஃபீலீங்கில் பேசிட்டு இருந்தோம்... எல்லோருக்கும் நான் ஒரு ப்ராஜெக்ட் விஷயமா துபாய் போறதுல ஏகப்பட்ட சந்தோஷம். எனக்குத்தான் திக்திக்குனு இருக்கு. வெளியே தைரியமாய்ப் பேசினாலும் உள்ளுக்குள்ள ஒரு பயக் குருவி சத்தம் போட்டுக்கிட்டே இருக்கு...''

''இதோ பார் மஹி... உன் பேர்ல உனக்கு நம்பிக்கை இருக்கோ இல்லையோ, எனக்கு உன் பேர்ல நம்பிக்கை இருக்கு. 'அரேபிய ரோஜா' மாதிரியான அரிதான ப்ராஜெக்ட்டுக்கு இப்படிப்பட்ட அச்சுறுத்தல்கள் வரத்தான் செய்யும். அதையெல்லாம் ஃபேஸ் பண்ணி ஜெயிக்கிறதுலதான் இருக்கு உன்னோட திறமை.''

''நான் ஃபேஸ் பண்ண ரெடி. ஆனா, ஒரே ஒரு விஷயம்தான் என்னோட மனசுக்கு நெருடலாயிருக்கு...!''

''என்ன...?''

''என்னோட கம்பெனியின் ஹெ.ஆர்.ஓ. என்கிட்ட 'செல்ஃப் டிக்ளரேஷன் ஃபார்மேட்'ல, பப்ளிக் நோட்டரி லாயர் விட்னஸோடு கையெழுத்து வாங்கினதும், அதுக்கு கௌசிக் ஓப்புதல் கொடுத்ததும் மனசோட ஓரத்தைப் பிறாண்டிட்டு இருக்கு...''

''கம்பெனியின் ஃபார்மாலிட்டீஸ் அப்படி இருக்கும்போது நாம என்ன பண்ண முடியும் மஹி? இப்ப நடந்துட்டு இருக்கிற ஒவ்வொரு விஷயத்தையும் பாசிட்டிவா எடுத்துக்க...''

''இப்ப எனக்குள்ள இருக்கிற ஒரே ஒரு பாசிட்டிவ் விஷயம் எது தெரியுமா...?''

''சொல்லு...''

''இம்ரா எனக்கு ரகசியமாய்க் கொடுத்த அந்த லெட்டர். எனக்கு துபாய்ல எது மாதிரியான அபாயம் காத்துட்டிருக்குன்னு அவளுக்கு மட்டுமே தெரியும்... அந்த அபாயத்திலிருந்து இம்ரா என்னைக் காப்பாத்த நினைக்கிறா. துபாய் ஏர்போர்ட் போய்ச் சேர்ந்ததும் முதல் போன் இம்ராவுக்குத்தான். லெட்டரே காணாமல் போனாலும் சரி... இம்ராவோட செல்போன் நம்பர் மனசுக்குள்ள கல்வெட்டு மாதிரி பதிஞ்சிருக்கு... மொத்த 13 நம்பர் உள்ள வித்தியாசமான ஃபோன் நம்பர் அது...''

''என்னது 13 நம்பரா...?''

''ஆமா... சிக்ஸ்த் சென்ஸ் டெக்னாலஜி மூலமா துபாயில் உருவாக்கப்பட்ட செல்போன்... கூகுள்ல போய்ப் பார்த்துத் தெரிஞ்சிக்கிட்டேன். குறிப்பிட்ட ரேடியோ ஃப்ரீக்வென்சியில் இயங்குற செல்போன் அது.''

''நீ சொல்ற விஷயங்களைப் பார்த்தா, இம்ரா ஒரு எக்ஸ்ட்ராடினரி வுமனாய் இருக்க வாய்ப்புகள் அதிகம். மஹி... எதுவா இருந்தாலும் ஒரே ஒரு விஷயத்தை மட்டும் மறந்துடாதே...''

''என்ன...?''

''துபாய் போலீஸின் ரெட் அலெர்ட் செல் 24 மணி நேரமும் இயங்கிக்கிட்டுருக்கும். உனக்கு ஏதாவது பிரச்சனைனா, உடனே உன்னோட செல்போன் நம்பரை டைப் பண்ணி அனுப்பிடு. எல்லாமே எலெக்ட்ரானிக்கலி கன்ட்ரோல்டு. சிட்டிக்குள்ள எது மாதிரியான குற்றம் நடந்தாலும் சரி. ஒரு நிமிஷ நேரத்துக்குள் ராடார் கேமிராக்கள் படம் எடுத்து ஹெட் குவார்ட்டஸுக்கு அனுப்பிடும்.''

''எனக்கு அது தெரியாதா என்ன? துபாய் போலீஸ் ஃபோர்ஸின் எல்லா முக்கியமான செல்போன், லேண்ட்லைன்,

ஃபேக்ஸ் லைன் நம்பர்கள் என்கிட்டே இருக்கு.''

"உன்னோட ப்ராஜெக்ட் பிசியில் எனக்கு போன் பண்ண மறந்துடாதே. ஒரு மணி நேரத்துக்கு ஒரு தடவை பேசு. ரெண்டு மணி நேரத்துக்கு ஒரு தடவை 'வாட்ஸ் அப்'பில் ஹாய் சொல்லு. துபாயிலிருந்து நீ சென்னை திரும்புற வரைக்கும் நமக்குள்ளே இந்த கம்யூனிகேஷன் அறுந்து போகாம இருக்கணும்..."

"என்கிட்டே இதே வார்த்தைகளைக் கடந்த நாலு நாட்கள்ல ஏழு தடவை சொல்லியிருக்கீங்க."

"இன்னும் ஏழு தடவை சொல்லலாம். டேக் கேர் மஹி. அரேபிய ரோஜா மணக்க என்னுடைய வாழ்த்துக்கள்."

"தேங்க் யூ... போர்டிங் ஸ்டார்ட் ஆகிடுச்சு.''

லெதர் குஷன் சேரிலிருந்து எழுந்துகொண்ட மஹிமா செல்போனில் பேசிக்கொண்டே சென்னை - துபாய் ரத்தச் சிவப்பு எழுத்துக்களில் ஒளிர்ந்துகொண்டிருந்த அறிவிப்பைப் பார்த்துக்கொண்டே நடந்தாள்.

நிலப்பரப்பை முழுவதுமாய்க் கடந்து அரபிக் கடலின் மேல் இரண்டு மணி நேரம் பறந்த எமிரேட்ஸ் விமானம், துபாயை நெருங்கியபோது மணி, அந்த நாட்டின் நேரப்படி 8.15. விமானத்தில் முட்டை வடிவக் கண்ணாடி வழியே கீழே குனிந்து பார்த்தாள் மஹிமா.

துபாய் நகரம் லட்சக்கணக்கான யூனிட் மின்சாரத்தைச் சாப்பிட்டு வெளிச்சக் கடலாய்த் தெரிந்தது. கூர் சீவப்பட்ட பென்சில்களைப் போல் அதிக உயரமான கட்டிடங்கள் ஈஸ்ட்மென் வண்ணங்களைப் பூசிக்கொண்டு நின்றன. நடுவே ஒரு மாமன்னனைப் போல் புர்ஜ் கலீஃபா கம்பீரம் காட்டியது.

கரகரப்பான ஆங்கிலத்தில் விமான பைலட்டின் குரல் ஸ்பீக்கர் வழியாய் கேட்டது.

''இன்னும் சில நிமிடங்களில் விமானம் தரை இறங்கிவிடும். இப்போது பத்தாயிரம் அடி உயரத்தில் பறந்துகொண்டிருக்கிறோம். ஒரு பக்கம் பாலைவன மணல். இன்னொரு பக்கம் உப்புக் கடல். ஒரு சிறு விளைநிலம் கூட இல்லாத துபாய் செழிப்பாய் இருப்பது வியப்புக்குரிய ஒன்று. துபாய் மனிதர்களால் உருவாக்கப்பட்ட சொர்க்கம்...''

விமானி பேசிக்கொண்டிருக்கும்போதே சலவைக்கல் நிறத்தில் ஜவுளிக்கடை ஷோ கேஸ் பொம்மைகள் போல் இருந்த விமானப் பணிப்பெண்கள் ஒவ்வொரு பயணியையும் நெருங்கி சீட்பெல்ட்டை அணிந்து கொள்ளும்படி அரபு மொழியிலும், ஆங்கிலத்திலும் சொல்லி இலவசப் புன்னகைகளை வழங்கிக் கொண்டிருந்தார்கள்.

விமானப் பணிப்பெண் ஒருத்தி மஹிமாவை நெருங்கிக் குனிந்தாள். ஆங்கிலத்தில் 'நீங்கள் சீட் பெல்ட்டை சரியாய் அணிந்து கொள்ளவில்லை. நான் உதவட்டுமா?' என்று கேட்டவள், சட்டென்று குரலைத் தாழ்த்தி நல்ல தமிழில் பேசினாள்.

''என்னோட பெயர் ஹம்தா. இம்ராவின் தோழி. உங்களை ஏர்போர்ட்டிலிருந்து பத்திரமா வெளியே கொண்டுபோற பொறுப்பை இம்ரா எனக்குக் கொடுத்திருக்கிறா. நீங்க துபாய் ஏர்போர்ட்ல இறங்கியதும், இமிக்ரேஷன் ஃபார்மாலிட்டிஸை முடிச்சிட்டு, பேக்கேஜை எடுத்துக்கிட்டு ஏர்போர்ட்டோட மையப்பகுதியான 'கலர்ஸ் புர்கா' ஷோ ஹாலுக்குப் பக்கத்தில் போட்டுருக்குற இருக்கை ஒன்றில் சாதாரண பயணியைப்போல பதற்றம் இல்லாமல் உட்கார்ந்திருங்க. நான் அங்கே வந்து உங்களைப் பார்க்கிறேன். அவசரப்பட்டு வெளியே போய்விடாதீங்க. ரிஸீவிங் பாயின்ட்டில் இரண்டு பேர் உங்களை

அழைச்சுக்கிட்டுப் போறதுக்காகக் கையில் 'ப்ளக்கார்டு' வெச்சுக்கிட்டுக் காத்திருக்கிறாங்க..."

அந்த ஹம்தா நிறுத்தி நிதானமாய்ப் பேசிவிட்டு மஹிமாவைப் பார்த்தபடி புன்னகையோடு நடந்துபோனாள்.

விமானம் இறங்கிக்கொண்டிருக்க, மஹிமாவின் இதயத்துடிப்பு டேக் ஆஃப் ஆகிற்று.

✷ ✷ ✷

மஹிமா ஐந்தாவது நபராய் விமானப் பணிப்பெண்களின் வியாபாரப் புன்னகைகளை இலவசமாய் வாங்கிக்கொண்டு விமானத்தினின்றும் வெளிப்பட்டாள். உடம்பின் எல்லா பாகங்களையும் ஒருவிதமான பதற்றம் ஊடுருவியிருப்பதை மஹிமா உணர்ந்தாள். தன்னிடம் தமிழ் பேசிய அந்த விமானப் பணிப்பெண் ஹம்தா பார்வைக்குத் தட்டுப்படுகிறாளா என்று திரும்பிப் பார்த்தாள்.

அவளைக் காணோம்.

முதல் தடவையாய் பயம் அடிவயிறு வரை பாய்ந்தது.

'துபாய் பயணத்தைத் தவிர்த்திருக்கலாமா?'

'இங்கே எனக்கு என்ன பிரச்சனை காத்துக்கொண்டிருக்கிறது…?'

'துபாய் போலீஸின் உதவியை நாடலாமா?'

துண்டுதுண்டாய் அறுபட்ட யோசனைகளோடு நடந்தாள் மஹிமா. அந்த பயத்திலும் விமான நிலையத்தின் பிரம்மாண்டம் மலைக்க வைத்தது. அது இரவு நேரம் என்றாலும், ஒட்டுமொத்த விமான நிலையமும் உச்சபட்ச மின் வெளிச்சத்தில் ஒரு குட்டிப் பகலாய் தெரிந்தது.

ரெஸ்டாரென்ட்டுகள் நிறம் நிறமாய் வந்தன. ஷாப்பிங் சென்டர்கள் வெளிநாட்டு முகங்களோடு தெரிந்தன.

'கலெக்ட் யுவர் பேக்கேஜ். டேக் எ வாக் திஸ் வே' என்று ஒரு மின்னணு சுட்டிக்காட்டிக் கருவி வழிகாட்ட மஹிமா நடந்தாள். ஒரு எஸ்கலேட்டரில் ஏறி உயர்ந்து, இன்னொன்றில் இறங்கியபோது மஹிமாவின் கைப்பையில் இருந்த செல்போன் வைப்ரேஷனில் அழைத்தது. எடுத்து அழைப்பது யார் என்று பார்த்தாள்.

அவளுடைய கம்பெனியின் எக்ஸிகியூடிவ் டைரக்டர் கெளசிக் லைனில் இருந்தார். பேசினார்.

"என்னம்மா... துபாய் போய்ச் சேந்துட்டியா?"

"இப்பதான் ஸார்... ஒரு பத்து நிமிஷமாச்சு. இமிக்ரேஷன் ஜோனை நோக்கிப் போயிட்டிருக்கேன்."

"ஏர்போர்ட் எப்படி இருக்கு?"

"இது ஏர்போர்ட் இல்லை ஸார். ஒரு குட்டி நகரம்."

"துபாய்ல எல்லாமே ஆச்சரியம்தான். அந்த ஆச்சரியம் நீ அங்கே இருக்கிற ஒவ்வொரு நாளும் அதிகமாகிட்டே போகும். பை தி பை... நீ ஏர்போர்ட்டிலிருந்து வெளியே வர இன்னும் ஒரு அரை மணி நேரம் ஆகுமா?"

"எப்படியும் ஆகிடும் ஸார். இமிக்ரேஷனை முடிக்கணும். பேக்கேஜ் கலெக்ட் பண்ணணும்..."

"நோ பிராப்ளம் மஹிமா. நீ எல்லா ஃபார்மாலிட்டிஸையும் முடிச்சிட்டு பாசஞ்சர்ஸ் ரிசீவிங் பாயின்டுக்கு வந்துடு. அங்கே உன்னை ரிசீவ் பண்ணிக் கூட்டிட்டுப் போறதுக்காக அன்வர், சித்திக்னு ரெண்டு பேர் வெயிட் பண்ணிட்டு இருப்பாங்க. அவங்க ரெண்டு பேரும் துபாய் ஷேக் மாதிரியான டிரெஸ் கோடில் இருப்பாங்க. கையில் ரோஸ்ஃப்ளவர் பொக்கே

இருக்கும். ப்ளக்கார்டில் 'வெல்கம் மஹி'ன்னு எழுதப்பட்டு இருக்கும்…''

''என்னை அவங்களுக்கு அடையாளம் தெரியுமா ஸார்?''

''உன்னோட போட்டோவை அவங்களுக்கு 'வாட்ஸ் அப்' பண்ணியிருக்கேன். பார்த்தா எப்படியும் கண்டுபிடிச்சுடுவாங்க!''

''ஓகே… தேங்க் யூ ஸார்'' செல்போனை அணைத்தாள் மஹிமா. ஒட்டுமொத்த விமான நிலையமும் மையப்படுத்தப்பட்ட ஏசியின் காரணமாக ஒரு உறைபனி பிரதேசமாய் மாறியிருந்தாலும், மஹிமாவுக்கு மட்டும் வியர்த்தது.

அந்த விமானப் பணிப்பெண் ஹம்தா தன்னிடம் சொன்ன அந்த வார்த்தைகள் மறுபடியும் காதுக்குள் எதிரொலித்தன.

''விமான நிலையத்தின் மையப்பகுதியில் இருக்குற 'கலர்ஸ் புர்கா' ஷோ ஹால் அருகே போடப்பட்டு இருக்கும் இருக்கை ஒன்றில் சாதாரணப் பயணியையைப் போல் பதற்றம் இல்லாமல் உட்கார்ந்திருங்க. நான் அங்கே வந்து உங்களைப் பார்க்கிறேன். அவசரப்பட்டு வெளியே போயிடாதீங்க. ரிஸீவிங் பாயின்ட்டில் இரண்டு பேர் உங்களை அழைச்சுட்டுப் போறதுக்காகக் கையில் ப்ளக்கார்டோட காத்திருக்காங்க!''

மஹிமா குழப்பமாய் இமிக்ரேஷன் ஜோனை நோக்கி நடந்தாள். 'இப்போ யார் பேச்சைக் கேட்பது?'

'கம்பெனியின் ஈடி கௌசிக் பேச்சையா? இல்லை… விமானப் பணிப்பெண் ஹம்தாவின் பேச்சையா?'

சகாதேவுக்குப் போன் செய்து நிலைமையை எடுத்துச் சொல்லி யோசனை கேட்கலாம். அவர் சொல்கிறபடி கேட்போம்.

மஹிமா செல்போனை எடுத்து சகாதேவின் எண்ணைத்

தொடர்பு கொண்டாள். மறுமுனையில் ரிங் போயிற்று.

சகாதேவின் குரலுக்காகக் காத்திருந்தாள். ஆனால், ரிங் போயிற்று, போயிற்று... போய்க்கொண்டே இருந்தது. பிறகு நிசப்தம் காத்தது. மஹிமா மறுபடியும் முயற்சி செய்ய, 'ஸ்விட்ச் ஆஃப்' என்கிற ரெக்கார்டட் வாய்ஸ் கேட்டது. மூன்றாவது தடவை முயன்றபோது 'போன் ஈஸ் நாட் இன் யூஸ்' என்று பதில் வந்தது.

மஹிமாவுக்குள் சற்று முன் வரை தணிந்திருந்த பதற்றம் இப்போது அதிகரித்தது. 'சகாவின் போன் ஒருநாளும் இப்படி 'நான் ரெஸ்பாண்டிங்'காக இருந்ததில்லையே!'

'அவருடையது ரொம்பவும் நவீனமான ஸ்மார்ட் போன். இப்படி எல்லாம் சண்டித்தனம் செய்யாதே!'

'மறுபடியும் சகாதேவுக்கு முயன்று பார்க்கலாமா?'

மஹிமா யோசித்த விநாடி அவளுக்குப் பின்பக்கத்திலிருந்து ஆங்கிலத்தில் அந்தப் பெண்குரல் கேட்டது. "என்ன மஹிமா...! இங்கேயே நின்றுவிட்டீர்கள்?"

மஹிமா திரும்பிப் பார்த்தாள்.

அந்த விமானப் பணிப்பெண் ஹம்தா ஒரு சின்ன ரோலர் சூட்கேஸோடு நின்றிருந்தாள். மஹிமா அவளை நெருங்கினாள்.

"ஒரு முக்கியமான நபரோடு செல்போனில் பேச விரும்பினேன்."

"உங்கள் வுட் பி சகாதேவ்தானே அந்த நபர்...?"

ஹம்தாவை மஹிமா ஆச்சரியமாய்ப் பார்க்க அவள் இதழோரம் ஒரு சிறு புன்னகை அரும்பியது.

"உங்களைப் பற்றின எல்லா விவரங்களுமே எனக்குத் தெரியும். நான் சொல்கிறபடி நீங்கள் நடந்து கொண்டால்

'அரேபிய ரோஜா' ப்ராஜெக்ட்டை வெற்றிகரமாய் முடித்துக்கொண்டு இந்தியாவுக்குச் செல்லலாம். இல்லாவிட்டால்...''

''வேண்டாம்... அந்த வார்த்தைகளை நான் உச்சரிக்க விரும்பவில்லை. நல்லதே நடக்க வேண்டும் என்று நினைக்கிறேன். நீங்கள் உங்களுடைய வுட் பிக்குப் பிறகு போன் செய்து பேசிக் கொள்ளுங்கள். இப்போது நீங்கள் உங்களுடைய இமிக்ரேஷனை முடித்துக்கொண்டு பேகேஜை கலெக்ட் செய்துகொண்டு நான் சொன்ன இடத்துக்குப் போய் பதற்றப்படாமல் காத்திருங்கள். அரை மணி நேரத்துக்குள் நானும் வந்துவிடுகிறேன்.''

மஹிமா அவளையுமறியாமல் தலையசைக்க, ஹம்தா தன் ரோலர் சூட்கேஸை உருட்டிக்கொண்டு எதிர் திசையில் நடந்தாள்.

இமிக்ரேஷனை முடித்துக்கொண்டு, பேகேஜ் கன்வேயரில் வலம் வந்தபடி இருந்த தன்னுடைய சூட்கேஸ்களை எடுத்து உருட்டிக்கொண்டு விமான நிலையத்தின் மையப்பகுதியை நோக்கி நடந்தாள் மஹிமா.

பத்தே நிமிடத்தில் 'கலர்ஸ் புர்கா' ஷோ ஹால் ஒரு வெளிச்சமான கல்யாண மண்டபம் போல் பார்வைக்குத் தட்டுப்பட்டது. அதற்கு எதிரே ஸ்டீல் சில்வர் கோட்டட் நாற்காலிகள் காலியாகத் தெரிய அதில் ஒன்றில் போய் உட்கார்ந்துகொண்டாள்.

விமான நிலையத்தின் எலெக்ட்ரானிக் க்ளாக் ரத்தச் சிவப்பு நிறத்தில் 9.05 என்று நேரத்தைக் காட்ட மஹிமா சுற்றும்முற்றும் பார்த்தாள். விமான நிலையத்தின் எல்லாத் திசைகளிலும் மனித நடமாட்டம் நிழல் உருவங்களாய்த் தெரிந்தது.

"ஹம்தா அரை மணி நேரத்துக்குள் வந்து விடுவதாகச் சொன்னாள். இன்னமும் காணோமே?"

மஹிமா யோசித்துக்கொண்டிருக்கும்போதே அவளுடைய செல்போனுக்கு அழைப்பு வருவதைப் போல் தெரிந்தது.

எடுத்துப் பார்த்தாள்.

ஒரு புது எண்.

'யாராக இருக்கும்?'

இடது காதுக்குச் செல்போனை ஒற்றி மெல்ல குரல் கொடுத்தாள். "ஹலோ."

மறுமுனையிலிருந்து பதில் வந்தது.

"மஹி! நான் சகாதேவ்..."

★ ✶ ★

மறுமுனையில் சகாதேவ் சிரித்தான்.

''ஸாரி மஹிமா... நேத்து ராத்திரி என் கையிலிருந்து நழுவிக் கீழே விழுந்ததில் செல்போனுக்குக் கொஞ்சம் சேதம். ரெஸ்பான்ஸ் சுத்தமாய் இல்லை. நானும் அதை கவனிக்கல்லை, இப்போதான் எந்த காலும் வரலையேனு பார்த்தப்பதான் தெரிஞ்சது. இப்ப நான் பேசிட்டு இருக்கிறது என்னோட ஆபீஸ் கலீக் ஒருத்தரோட போன். இந்த போன் நம்பரை சேவ் பண்ணிக்க. ஏதாவது அவசரம்னா இந்த செல்நம்பருக்கு போன் பண்ணு. அதுக்குள்ள என்னோட போனை சரி பண்ணிடுவேன்!''

''இப்பதான் நான் நார்மலா மூச்சுவிட ஆரம்பிச்சு இருக்கேன்.''

''இன்னும் ஏர்போர்ட்லதான் இருக்கியா?''

''ஆமா...''

''ஏன் இவ்வளவு லேட்... உன்னை பிக்-அப் பண்ணிட்டுப் போக 'அல்-அராஃபத் கம்பெனி ஆட்கள் வரலையா?''

"வந்து வெளியே வெயிட் பண்ணிட்டு இருக்காங்க."

"அப்புறம் என்ன பிரச்சினை?"

"ஃப்ளைட்ல வரும்போதே ஒரு பிரச்சனை..."

"மஹிமா... நீ என்ன சொல்றே?"

மஹிமா சுற்றும்முற்றும் பார்த்துவிட்டுக் குரலைத் தாழ்த்தி ஒரு இரண்டு நிமிஷம் செலவழித்து, ஹம்தாவைப் பற்றிச் சொன்னாள்.

"அந்த ஏர்ஹோஸ்டஸ் இம்ராவோட ஃப்ரெண்டா?"

"ஆமா..."

"இம்ராவுக்கு இது விஷயமா போன் பண்ணி ஹம்தா உங்க ஃப்ரெண்டான்னு கன்ஃபர்ம் பண்ணிட்டியா?"

"இல்லை..."

"என்ன மஹி! அதை மொதல்ல கன்ஃபர்ம் பண்ணிக்க வேண்டாமா?"

"ஹம்தாவைப் பார்த்தா சந்தேகப்படும்படியா இல்லை."

"நோ...நோ... நீ துபாயில் சந்திக்கிற, சந்திக்கப்போற நபர் யாரா இருந்தாலும் சரி மொதல்ல சந்தேகப்படணும். அந்த நபரை நம்புறதா வேண்டாமான்னு மனசுக்குள்ள ஒரு ஸ்கேனிங் பண்ணணும்."

"நான் இப்ப இம்ராகிட்ட பேசிடுறேன். மம்தா, இம்ராவோட ஃப்ரெண்டா இருக்கும் பட்சத்தில் நான் என்ன பண்ணணும்?"

"ஹம்தா சொல்றபடி கேளு."

"சரி" என்று சொன்ன மஹிமா அந்த இணைப்பைத் துண்டித்துவிட்டு, இம்ராவின் துபாய் எண்ணை 'கான்டாக்ட் ஆப்ஷெனு'க்குக் கொண்டுவந்து ஆட்காட்டிவிரலால் தொட்டு

விட்டுக் காதுக்கு ஒற்றினாள். மறுமுனையில் டயல் ரிங் போய் சில விநாடிகளுக்குப் பிறகு இம்ராவின் குரல் கேட்டது.

''என்ன மஹிமா... ஹம்தா உங்களைப் பார்த்தாளா, பேசினாளா?''

''ஆமாம்.''

''அவள் சொல்வது உண்மையா...பொய்யா என்று உங்களுக்கு இப்போது சந்தேகம்?''

''அதேதான்.''

''அவள் சொல்கிறபடி கேளுங்கள். எல்லாம் நன்மையில் முடியும். என் மீதோ ஹம்தா மீதோ ஒரு சதவீதம்கூட சந்தேகம் வேண்டாம். ''அரேபிய ரோஜா' ப்ராஜெக்ட்டை துபாயில் வெற்றிகரமாய் முடித்துக்கொண்டு நீங்கள் இந்தியா செல்ல நான் இங்கே ஒரு சதுரங்க விளையாட்டை விளையாட வேண்டியிருக்கிறது...''

''எனக்கு எதுவும் புரியவில்லை!''

''புரியாது. என் தோழி ஹம்தா உங்களை என்னுடைய இருப்பிடத்துக்குக் கூட்டிவருவாள். அப்போது உங்களுக்கு எல்லாவற்றையும் சொல்வேன்... என் மீதும் ஹம்தா மீதும் உங்களுக்கு நம்பிக்கை இருக்கிறதா இல்லையா?''

''நம்பிக்கை இருக்கிறது...''

''அப்படியானால் புறப்பட்டு வாருங்கள். நீங்கள் எவ்வளவு பெரிய ஆபத்திலிருந்து தப்பிக்கப் போகிறீர்கள் என்பது அப்போதுதான் உங்களுக்குத் தெரியும்...'' மறுமுனையில் இம்ரா சொல்லி, அணைத்துவிட மஹிமாவுக்குத் தன் தோளை யாரோ தொட்ட உணர்வு.

திரும்பிப் பார்த்தாள்.

ஹம்தா நின்றிருந்தாள். உடை மாறியிருந்தது. மெல்லத் தமிழில் பேசினாள்.

''ஸாரி... மஹிமா. டியூட்டியிலிருந்து டிஸ்சார்ஜாக கொஞ்சம் நேரமாயிடுச்சு! என்ன... இம்ராகிட்ட பேசிட்டு இருந்தீங்களா?''

''ஆமா...''

''சரி... இதைப் பிடிங்க...'' என்று சொன்னவள் தன் பையில் வைத்திருந்த ஒரு கேரி பேக்கை நீட்டினாள்.

''என்ன இது?''

''நீங்க போட்டுக்க வேண்டிய டிரெஸ்.''

''நீங்க பத்திரமா வெளியே போக வேண்டாமா? கேரி பேக்குக்குள்ள எது மாதிரியதான ட்ரெஸ் இருக்குன்னு பார்த்தீங்களா?''

மஹிமா கேரி பேக்கை பிரித்துப் பார்த்தாள்.

உள்ளே இஸ்லாமியப் பெண்கள் அணியும் கறுப்பு வண்ண புர்கா, புத்தம் புதியாய்த் தெரிந்தது. ஹம்தா குரலைத் தாழ்த்தினாள்.

''வெளியே ஏர்போர்ட்டின் ரிஸீவிங் பாயின்ட்டில் உங்களைப் பிக்-அப் பண்ணிட்டுப் போறதுக்காக 'அல்-அராஃபத்' கம்பெனியில் இருந்து இரண்டு பேர் வந்து ப்ளக்கார்டோடு வெயிட் பண்ணிட்டிருக்காங்க. வாட்ஸ் அப்பில் அனுப்பப்பட்ட உங்க போட்டோவும் அவங்க கிட்ட இருக்கு. இப்ப நீங்க உடுத்தியிருக்கிற இதே ட்ரெஸ்ஸோடு வெளியே போனால், அந்த நபர்கள் உங்களை ரொம்பவும் ஈஸியா அடையாளம் கண்டுக்கிட்டு மடக்கி காருக்குக் கூட்டிட்டுப் போயிடுவாங்க.''

மஹிமா மெலிதாய்ப் புன்னகைத்தாள்.

''ஸாரி...இப்படியொரு அபாயம் இருக்கிறத நான் மறந்துட்டேன்.''

''டென்ஷன்ல சில விஷயங்கள் இப்படித்தான் மறந்து போகும். நோ ப்ராப்ளம்... பக்கத்துலதான் ரெஸ்ட் ரூம் இருக்கு. போய் ட்ரெஸ் மாத்திக்கிட்டு வந்துடுங்க'' என்று சொன்ன ஹம்தா ரெஸ்ட் ரூமைக் காட்ட, மஹிமா கேரி பேக்கோடு அந்த அறையை நோக்கிப் போனாள்.

பத்தே நிமிடம்.

பளபளப்பான கறுப்பு வண்ண புர்க்காவில் ஓர் இஸ்லாமிய இளம் பெண்ணாக ரெஸ்ட் ரூமிலிருந்து வெளியே வந்த மஹிமாவைப் பார்த்து சத்தம் வராமல் 'வாவ்' என்று சொல்லிவிட்டு உதடுகளைக் குவித்தாள் ஹம்தா.

மஹிமாவின் ஒட்டுமொத்த உடம்பும் முகமும் புர்க்காவால் போர்த்தப்பட்டிருக்க, அவளுடைய கரிய பெரிய விழிகள் மட்டும் பாதரசம் தடவப்பட்டது போல் பளபளத்தன. ஹம்தா அவளை லேசாய்க் கட்டிப்பிடித்து காதருகே மெல்ல கிசுகிசுத்தாள்.

''இப்ப உங்களைப் பார்த்தா என்ன சொல்லத் தோணுது தெரியுமா மஹிமா?''

''என்ன?''

''கறுப்பு உடை தேவதை.''

மஹிமா பெருமூச்சு விட்டாள். ''கொஞ்சம் உதறலா இருக்கு ஹம்தா. வெளியே ரிஸீவிங் பாயின்ட்ல ப்ளாக்கார்டோடு நின்னுக்கிட்டிருக்கிற அந்த ரெண்டு பேரும் என்னைக் கண்டுபிடிச்சிட மாட்டாங்களா?''

''அதுக்கு வாய்ப்பேயில்ல. உங்களுக்கு இன்னொரு விஷயம் தெரியுமா மஹிமா?''

''என்ன?''

''துபாய் நாட்டுச் சட்டப்படி புர்க்காவுக்குள்

இருக்கிற எந்த ஒரு பெண்ணையும் ஆண்கள் உற்றுப் பார்க்கவோ அந்தப் பெண் யார் என்பதைக் கண்டுபிடிக்கும் முயற்சியிலோ ஈடுபடக் கூடாது. அப்படி ஈடுபடுவது செக்ஸ்வல் ஹாரஸ்மென்ட்டுக்குச் சமமானது, இந்தச் சட்ட விதி துபாயில் இருக்கிற ஒவ்வொருவருக்கும் தெரியும். நீங்க பதற்றப்படாம என்கூட வாங்க.''

ஹம்தா தைரியம் சொன்னாலும், புர்க்காவுக்குள் இருந்த மஹிமாவுக்கு லேசாய் இருதயத் துடிப்பு எகிறியது.

ஆளுக்கொரு ரோலர் சூட்கேஸைத் தள்ளிக் கொண்டு ஏர்போர்ட்டின் லெளஞ்சிலிருந்து மஹிமாவும் ஹம்தாவும் வெளியே வந்தார்கள். ரிஸீவிங் பாயின்ட்டில் நூற்றுக்கும் மேற்பட்டவர்கள் கைகளில் ப்ளக்கார்டை உயர்த்திப் பிடித்தபடி தெரிந்தார்கள்.

பாதித் தூரத்தைக் கடந்து இருந்தபோது, ஒரு பெரிய சதுர அட்டையொன்றைத் தடித்தடியான இரண்டு இளைஞர்கள் உயர்த்திப் பிடித்திருக்க, அதில் ரோஜா ஒன்று வரையப்பட்டு சிவப்பு மையால் எழுதப்பட்ட வாசகங்கள் தெரிந்தன.

MAHIMA WELCOME

WE ARE HERE.

✴ ✴ ✴

மஹிமாவும் ஹம்தாவும் உடம்பில் எந்த விதமான பதற்றத்தையும் காட்டிக் கொள்ளாமல், ரோலர் சூட்கேஸ்களைத் தள்ளிக்கொண்டு விமான நிலையத்தின் பிரதான வெளிவாசல் நோக்கி நடந்தார்கள். ஹம்தா முணுமுணுப்பாய் பேசினாள்.

''ப்ளாக்கார்டைப் பார்த்தீங்களா மஹிமா?''

''ம்... பார்த்தேன்... 'மஹிமா வெல்கம். வீ ஆர் ஹியர்' அந்த வாசகங்களைப் படிக்கும்போது ஒரு கட்டளைதான் தெரியுது. ஆட்களும் சரியில்லை. ஏதோ தமிழ்நாட்டு அரசியல் அல்லக்கைகள் மாதிரி இருக்காங்க.''

''அல்-அராஃபத் டெக்னாலஜி பீப்பிள் இப்படியா இருப்பாங்க? இங்கே நிலைமை சரியில்லைனு இப்பவே உங்களுக்குப் புரிஞ்சிருக்குமே?''

''நல்லாவே புரியுது... 'அரேபிய ரோஜா' என்கிற ப்ராஜெக்ட் பேர்ல இங்கே என்னை எதுக்காக வரவழைக்கணும்? அவங்களுக்கு என்கிட்ட இருந்து என்ன வேணும்?''

''அதை இம்ரா உங்களுக்குச் சொல்வா. நீங்க இம்ரா இருக்கிற இடத்துக்குப் போய்ச்சேர்ந்துட்டா, அதுக்கப்புறம

அல்-அராஃபத் டெக்னாலஜி ஆட்களால எதுவும் பண்ண முடியாது.''

செயற்கையான ஈச்ச மரங்களுக்கு நடுவில் பிரம்மாண்டமான கார் பார்க்கிங் ஏரியா அதி சுத்தமாய்த் தெரிந்தது. செர்ரிப்பழ நிறத்தில் மினுமினுப்பாய் நின்றிருந்த ஒருகாரை நெருங்கிய ஹம்தா, தன்கையில் வைத்திருந்தரிமோட் கன்ட்ரோலினால் காருக்கு உயிர் கொடுக்க, அது தன் முகப்பு விளக்குகளை எரியவிட்டு வாலை ஆட்டாத குறையாய் விசுவாசம் காட்டியது.

''மஹிமா...இது என்னோட கார். ப்ளீஸ் கெட் இன்.''

இரண்டு ரோலர் சூட்கேஸ்களையும் கார் டிக்கியின் வாய்க்கு சாப்பிடக் கொடுத்துவிட்டு காரில் ஏறி உட்கார்ந்தார்கள். ஹம்தா ஸ்டியரிங்கைப் பிடித்தாள். அது இரவு நேரம் என்பதையே மறக்கடித்த ஒளி வெள்ளத்தில் நீந்திய கார், பார்க்கிங்கை விட்டு வெளியே வந்து நான்கு புறமும் பிரிந்த சாலைகளில் ஒன்றைத் தேர்ந்தெடுத்து வலது புறம் திரும்பி வேகம் எடுத்தது. மஹிமா கேட்டாள்.

''நாம இப்போ இம்ராவைத்தானே பார்க்கப்போறோம்?''

''ஆமா. 'அல் அஸையல்' ஸ்ட்ரீட்ல அவளோட வீடு இருக்கு. அந்த வீட்லதான் நீங்க இன்னும் ஒரு வார காலத்துக்குத் தங்கி இருக்கப் போறீங்க.''

''ஹம்தா! இந்த 'அரேபிய ரோஜா' ப்ராஜெக்ட்ல எது மாதிரியான பிரச்சனை இருக்குன்னு உங்களுக்குத் தெரியுமா?''

''எனக்கு தெரியாது. ஆனா, அது ஒரு விபரீதமான பிரச்சனைனு மட்டும்தான் தெரியும். இம்ரா ரொம்பவும் நேர்மையான பொண்ணு. கடந்த ஒரு வருஷ காலமாகவே அவளுக்கு 'அல்-அராஃபத்' கம்பெனியில் வேலை செய்யப்

பிரியமில்லை. ரிசைன் பண்றதா சொல்லிட்டு இருந்தா. அந்தச் சமயத்துலதான் இந்த 'அரேபிய ரோஜா' ப்ராஜெக்ட்டுக்கு அவளை குரூப் ஹெட்டா போட்டாங்க. அது ஒரு நல்ல பயோ ப்ராஜெக்ட். ஆனா, அதன் நோக்கம் வேற மாதிரி இருக்குனு சந்தேகப்பட ஆரம்பிச்சா.''

''வேற மாதிரின்னா.''

''சம்திங் அப்நார்மல்னு சொன்னா. நான் விளக்கமாய் எதுவும் கேட்டுக்கலை...'' ஹம்தா சொல்லிக் கொண்டிருக்கும்போதே அவளுடைய செல்போன் மெலிதாய் சிணுங்கியது. இம்ரா அழைத்தாள்.

ஸ்பீக்கரை ஆன் செய்துவிட்டுப் பேசினாள் ஹம்தா.

''இம்ரா! மஹிமாவும் நானும் நம் அபார்ட்மென்ட்டுக்கு வந்துகொண்டிருக்கிறோம். எப்படியும் ஒரு அரை மணி நேரமாகும் வந்துசேர.''

''ஏர்போர்ட்டில் எந்த ஒரு பிரச்சனையும் இல்லையே?''

''ஒரு பிரச்சனையும் இல்லை. மஹிமா புர்க்கா ட்ரெஸ் கோடில் இருந்ததால் அல்-அராஃபத் ஆட்களுக்கு அடையாளம் தெரியவில்லை!''

மறுமுனையில் இம்ரா சற்றே பதற்ற தொனியில் பேசினாள்.

''ஹம்தா... அல்-அராஃபத் பீப்பிள் இப்போது பதற்றமாகி விட்டார்கள். என்கூட வேலை செய்கிற கலீக் சர்புதீன் ரெண்டு நிமிஷத்துக்கு முன்பு எனக்கு போன் பண்ணி 'மஹிமாவுக்கு என்ன ஆனதென்று தெரியவில்லை. ஏர்போர்ட்டிலிருந்து அவள் வெளியே வரவில்லை. சிறப்பு அனுமதி கேட்டு நம் ஆட்கள் உள்ளே போய்த் தேடிப்பார்த்தால் மஹிமா இமிக்ரேஷனை முடித்துவிட்டு வெளியே போனது தெரிய வந்திருக்கிறது. ஆனால், அவள் எப்படி

யாரோடு வெளியே போனாள் என்று தெரியவில்லை' என்று புலம்பினான். நானும் அதிர்ச்சியடைந்ததுபோல் காட்டிக்கொண்டேன். விஷயத்தை போலீஸுக்குக் கொண்டு போகலாமா என்று கேட்டேன். வேண்டாம் என்று சொல்லிப் பதறிப்போய் விட்டான்.''

''இதிலிருந்தே தெரிகிறது. அவர்கள் ஏதோ சட்டவிரோதமான திட்டத்தில் இருக்கிறார்கள் என்று?''

''உறுதியாக! அந்தச் சந்தேகம் எனக்கு ஏற்பட்டதால் தானே மஹிமாவை எச்சரிக்க முடிந்தது. மஹிமாவை இப்போது நாம் ஒரு ஸேஃப் ஸ்கொயருக்குள் கொண்டு வந்துவிட்டோம். இனிமே அல்-அராஃபத்தின் ரியாக்ஷன் எப்படி இருக்கும் என்று கையைக் கட்டிக் கொண்டு வேடிக்கை பார்க்கப் போகிறோம். பை தி பை ஹம்தா...''

''ம்... சொல்லு.''

''ஸ்பீக்கர் ஆனாகத்தானே இருக்கிறது?''

''ஆமாம்.''

''மஹிமாவைப் பேசச் சொல்லேன்.''

மஹிமா குரல் கொடுத்தாள்.

''ஹாய் மஹி... வெல்கம் டு துபாய்.''

''இது வெல்கம் மாதிரி தெரியவில்லையே. கார் ஏசி, ஒரு ஐஸ் கட்டி மாதிரி வைத்திருந்தாலும் பயத்தில் எனக்கு வேர்க்கிறது!''

''டோன்ட் ஒர்ரி மஹி... நீங்கள் இப்போது என்னுடைய பாதுகாப்பு வளையத்துக்குள் வந்துவிட்டீர்கள். ஃபீல் ஃப்ரீ...''

''அல்-அராஃபத் மிகப் பெரிய ஹைடெக் கம்பெனி. எந்த ஒரு சாதனையானாலும் முதல் மூன்று இடங்கள் அவர்களுக்குத்தான். அப்படிப்பட்ட ஒரு நிறுவனத்திடம் என்ன தப்பு?''

''கொஞ்சம் பொறுமையாக இருங்கள் மஹி. அந்தப் பூனைக்குட்டியும் அடுத்த இருபத்துநாலு மணி நேரத்துக்குள் வெளியே வந்துவிடும். நீங்கள் எதற்கும் பயப்படாதீர்கள். ஹம்தா என்னுடைய உயிர்த்தோழி. எங்கள் இரண்டு பேருக்குமே அம்மா, அப்பா தங்கை என்று எந்த சொந்தமும் இல்லை. ஒரே அபார்ட்மென்ட்டில்தான் தங்கியிருக்கிறோம். இன்னும் ஒரு பத்து நாளைக்கு வீ ஆர் த்ரீ... தயக்கம் ஏதும் இல்லாமல் வந்து எங்களுடன் இணைந்துகொள்ளுங்கள். நேரில் வாருங்கள்... நிறையப் பேசுவோம்.''

செல்போன் இணைப்பு அணைந்தது.

ஹம்தா காரின் வேகத்தை அதிகரித்தாள். இம்ரா பேசியதில் மஹிமாவின் பயம் லேசாய் சாயம் போயிருந்தது. விரிந்த துபாயின் பிரம்மாண்டங்கள் அவளை ஆச்சரியப்படுத்த ஆரம்பித்தன. எல்லாத் திசைகளிலும் கார்கள் நிறம் நிறமாய் ஓடிக்கொண்டிருந்தன.

மஹிமா கேட்டாள்.

''துபாய் எப்பவுமே இப்படித்தானா?''

''ம்... அப்படித்தான். மற்ற நாடுகள் எல்லாம் நாளுக்கு நாள் முன்னேற்றமடையும். துபாய் மட்டும் நிமிடத்துக்கு நிமிடம் விஸ்வரூபம் எடுக்கும். இன்னைக்கு ராத்திரி பார்க்கிற துபாய்க்கும் நாளைக்குக் காலையில பார்க்கப்போகிற துபாய்க்கும் ஒரு சின்ன வித்தியாசமாவது தெரியும். இது அரபிக் கடலுக்கு நடுவே இருக்கும் சொர்க்கபூமி.''

''இது எனக்கு சொர்க்கமா நரகமான்னு போகப்போகத்தான் தெரியும்.''

ஹம்தா சிரித்தாள்.

''நானும் இம்ராவும் இருக்கும் போது நீங்க எதுக்கும் பயப்பட வேண்டியதில்லை.''

கார் ஒரு மேம்பாலம் ஏறி ஒரு வளைவில் திரும்பி பத்து நிமிட நேரம் பயணித்த பிறகு, சற்றே அரை இருட்டான ஒரு அபார்ட்மென்ட் கட்டிடத்தின் நுழைவாயிலுக்குள் நுழைந்தது.

''இதுதான் நானும் இம்ராவும் தங்கியிருக்கிற 'லோட்டஸ் பெட்டல்ஸ்' அபார்ட்மென்ட். ஜி.ப்ளாக் ஏழாவது மாடி.''

கார் உள்ளே மெதுவாகப் பயணித்தது. பார்க்கிங் ஏரியாவில் போய் நின்றது.

காரை நிசப்தமாக்கிவிட்டு ஹம்தாவும் மஹிமாவும் கீழே இறங்கி சற்றுத் தொலைவில் தெரிந்த லிஃப்ட்டை நோக்கி நடந்தார்கள்.

அதே விநாடி - பின்னால் ஒரு சத்தம் கேட்டது.

நின்று இருவரும் திரும்பிப் பார்த்தார்கள்.

ஒரு தூணின் மறைவிலிருந்து அந்த நெடிய உருவம் வெளிப்பட்டது.

உற்றுப்பார்த்தார்கள். தண்டுவடத்தில் பனிக்கட்டி ஊர்ந்தது.

சர்புதீன்!

✳ ✳ ✳

அந்த இடத்தில் சர்புதீனை சற்றும் எதிர்பார்க்காத மஹிமாவும் ஹம்தாவும் அதிர்ச்சியின் உச்சத்தைத் தொட்டுவிட்டு சுவாசிக்க மறந்தவர்களாய் அப்படியே நிசப்தமாய் நின்றார்கள்.

அவன் நிதான நடை போட்டு அவர்கள் இருவரையும் நெருங்கினான். இரண்டு ஜோடிக் கண்களிலும் கலவரம் பரவிக்கொண்டிருந்தது.

மஹிமாவுக்கு வெகு அருகாக வந்து நின்றான். அவன் விட்ட மூச்சுக்காற்றில் உயர் ரக விஸ்கியின் வாசனை.

''மஹிமா... வெல்கம் டு துபாய்.'

மஹிமாவும் ஹம்தாவும் வியர்க்க ஆரம்பித்தார்கள்.

சர்புதீன் இப்போது தமிழ் பேசினான்.

''இந்த புர்க்காவும் உனக்கு அழகாகத்தான் இருக்கு மஹிமா. துபாய்ல இருக்கிறவரை நீ இதே ட்ரெஸ்ஸை கண்டினியூ பண்ணலாம்...'' என்று சிரித்துக்கொண்டே சொன்னவன் சட்டென்று குரலைத் தாழ்த்தினான்.

''மஹிமா... 'அரேபிய ரோஜா' ப்ராஜெக்ட்டுக்காக

அல்-அராஃபத் டெக்னாலஜி பீப்பிள்தான் உன்னை துபாய்க்குக் கூப்பிட்டிருக்காங்க. உன்னை ஏர்போர்ட்டிலிருந்து ஹோட்டல் 'கோல்டன் டாட்ஸ்'க்குக் கூட்டிட்டுப் போறதுக்காகக் கையில் ப்ளக்கார்டோடு ஏர்போர்ட் ரிஸீவிங் பாயின்ட்டில் ரெண்டு பேர் காத்திட்டிருக்கும்போது நீ இப்படி ஒரு ஏர்ஹோஸ்டஸோடு திருட்டுத்தனமாய் வெளியே வந்தது எந்த வகையில் நியாயம்?''

மஹிமா எதுவும் பேசத் தோன்றாமல் வாய் உலர்ந்து போய் நிற்க, ஹம்தா மட்டும் சற்றே துணிச்சலை வரவழைத்துக்கொண்டு தன் இடது கையின் ஆட்காட்டி விரலை உயர்த்தினாள். அடிக்குரலில் கர்ஜித்தாள்.

''இதோ பார்... ஒரு பெண்ணை மிரட்டுறதுக்கும், அவளைத் தப்பான வழிக்குக் கொண்டுபோறதுக்கும் இது ஒண்ணும் இந்தியா இல்லை. சத்தமாய் நான் ஒரு குரல் கொடுத்தா போதும். இங்கே இருக்கிற ஒட்டுமொத்த அபார்ட்மென்ட் ஆட்களும் வந்துடுவாங்க. அதுக்கப்புறம் உன்னோட நிலைமை என்னாகும்ணு ஒரு சில விநாடிகள் யோசிச்சுப் பாரு...!'' ஹம்தா பேசிக்கொண்டு இருக்கும் போதே அவளுடைய பேச்சு அறுந்த தோரணமாயிற்று.

சர்புதீன் கையில் இருந்த பிஸ்டல் மெல்ல உயர்ந்து மஹிமாவின் நெற்றிப்பொட்டில் தன் உலோக வாயை வைத்திருந்தது.

''ஹம்தா... இனி ஒரு வார்த்தை நீ பேசினாலும் சரி, மஹிமாவின் தலை ரத்தக்களரியாகிவிடும். நான் துபாய் போலீஸுக்கு மட்டுமல்ல எந்த நாட்டு போலீஸுக்கும் பயப்படாதவன். இப்ப நான் சொல்றபடி கேட்டா, ரெண்டு பேருக்கும் நல்லது. இல்லைன்னா சுட்டுத் தள்ளிட்டுப் போயிட்டே இருப்பேன்.''

மஹிமா குரல் நடுங்கக் குறுக்கிட்டாள்.

"நா... நாங்க இப்ப என்ன பண்ணணும்?"

"உனக்கு இடது பக்கம் திரும்பிப் பாரு."

மஹிமா திரும்பிப் பார்த்தாள்.

"ஒரு ஒயிட் கலர் வேன் தெரியுதா?"

"ம்..."

"ரெண்டு பேரும் மூச்சுக் காட்டாம நடந்து போய் அந்த வேன்ல ஏறி உட்காரணும்."

மஹிமாவும் ஹம்தாவும் தயக்கமாய் நின்று கொண்டிருக்க சர்புதீன் கேட்டான். "என்ன... இம்ரா உங்க ரெண்டு பேருக்காக அபார்ட்மென்ட்ல வெயிட் பண்ணிட்டிருப்பான்னு நினைக்கிறீங்களா? இம்ரா வேன்ல உங்க ரெண்டு பேருக்காகக் காத்துட்டிருக்கா... ம்... போங்க. அவளுக்குப் பக்கத்துல போய் உட்காருங்க. மத்த விஷயங்களையெல்லாம் வேன்ல போகும்போதே பேசிட்டுப் போகலாம்."

துப்பாக்கியின் வாய் இப்போது மஹிமாவின் நெற்றிப் பொட்டிலிருந்து கீழே இறங்கிப் பின்னங்கழுத்தை ஜில்லிப்பாய் ஸ்பரிசித்தது.

"ம்... நடங்க. ரெண்டு பேர்ல யாராவது ஒருத்தர் சின்ன சில்மிஷம் பண்ணினாலும் சரி... ரெண்டு பேருமே ரத்தத்தைச் சிந்தி அதே இடத்துல உயிரை விட வேண்டியயதுதான்!"

ஒரு நிமிஷ நடையில் வேனை நெருங்கினார்கள். வேனின் ட்ரைவிங் இருக்கையில் யாரோ ஒரு நபர் உட்கார்ந்து இருப்பது நிழல் உருவமாய் தெரிந்தது. வேனின் பின்பக்கக் கதவைத் திறந்துவிட்டான் சர்புதீன். இருவரும் ஏறி உட்கார்ந்ததும் அவர்களைத் தொடர்ந்து சர்புதீனும் ஏறிக்கொண்டான்.

வேன் உடனே புறப்பட்டு வேகம் எடுக்க, பிரதான சாலைக்கு வந்து வெளிச்சமான மேம்பாலத்தில் ஏறியது.

வேனுக்குள் ஏ.சி. காற்று நிரம்பியிருந்தாலும், மஹிமாவும் ஹம்தாவும் வியர்வைக் குளியலில் இருந்தார்கள். இருவரின் பார்வையும் சுற்றும்முற்றும் அலைய, எதிரில் கையில் பிஸ்டலோடு உட்கார்ந்திருந்த சர்புதீன் சிறிய சிரிப்போடு கேட்டான்.

''யாரைத் தேடுறீங்க... இம்ராவையா?''

இருவரும் 'ஆமாம்' என்பதுபோல் தலையை அசைத்தார்கள்.

''நீங்க ரெண்டு பேரும் உட்கார்ந்து இருக்கிற நீளமான சீட்டுக்குக் கீழே குனிஞ்சி பாருங்க...''

இருவரும் கலவர விழிகளோடு குனிந்து பார்த்தார்கள்.

வேனுக்குள் பரவியிருந்த மங்கிய வெளிச்சத்தில் அந்த நீளமான இருக்கைக்குக் கீழே இம்ரா மல்லாந்து தெரிந்தாள். உடம்பில் எந்தச் சலனமும் இல்லை.

ஹம்தா பதற்றமும் பயமும் கலந்த குரலில் கேட்டாள். ''இம்ராவுக்கு என்னாச்சு?'' ஏன் இப்படி அசைவில்லாமல் இருக்கா...?''

''அவளை வெளியே இழுத்து என்னவாயிருக்கும்னு ரெண்டு பேரும் பாருங்க. நீதான் ஏர்ஹோஸ்டஸ் ஆச்சே. அவ உடம்புக்கு என்ன பிரச்சனைனு பார்த்து ஃபர்ஸ்ட் எய்ட் ஏதாவது பண்ணு ஹம்தா.''

மஹிமாவும் ஹம்தாவும் இம்ராவை இருக்கையின் அடியிலிருந்து நிதானமாய் உருவி வெளியே கொண்டுவந்தார்கள்.

மார்பில் உறைந்துபோன ரத்தக் குளத்தோடு வெளிப்பட்டாள் இம்ரா. விழிகள் ஒரே திசையைப் பார்த்து

நிலைத்துப்போயிருக்க, அவளுடைய உடம்பில் உயிர் இல்லை என்பது பார்த்த விநாடியிலே தெரிந்தது.

மஹிமாவின் இருதயம் துடிக்க மறந்து ஒரு பனிக்கட்டியாய் மாறியது. ஹம்தா கோபாவேசத்தோடு சர்புதீனைப் பார்க்க அவன் தன் கையில் இருந்த பிஸ்டலைத் தன் தாடையில் தேய்த்துக்கொண்டே உதட்டில் உதித்த ஒரு உயிரில்லாத புன்னகையோடு கேட்டான்.

''என்ன ஹம்தா அப்படிப் பாக்குறே... நான் இருபது நிமிடங்களுக்கு முன்னாடியே இம்ராவோட அபார்ட்மென்ட்டுக்கு வந்துட்டேன். இம்ரா உங்க ரெண்டு பேரோடையும் போன்ல பேசி முடிச்சதும், இந்த 'ஜீரோ நாய்ஸ்' பிஸ்டலிலிருந்து ரெண்டு தோட்டாவை அனுப்பி அவளை ரத்தச் சகதியாக்கி இந்த வேணுக்குக் கொண்டுவந்துட்டேன். நீயே சொல்லு... கம்பெனிக்கும் எனக்கும் துரோகம் பண்ணின இவளை இனியும் உயிரோடு விட்டுவைக்கலாமா?''

''யூ...யூ...யூ'' என்று ஆத்திரத்தோடு கத்திய ஹம்தா சட்டென்று எதிர்பாராத ஒரு விநாடியில் தன் மார்புப் பகுதிக்குள் கையை கொண்டுபோய் எதையோ எடுத்து அழுத்தினாள்.

'ப்ளக்.'

அரையடி நீளத்துக்குத் தன் பளபளப்பான நாக்கை நீட்டியது அந்த மல்டிபர்ப்பஸ் டிவைஸ்.

சர்புதீன் சிரித்தான்.

''ஓ...தற்காப்பு ஆயுதம். ஒவ்வொரு பொண்ணுகிட்டேயும் இருக்க வேண்டிய ஒரு மஸ்ட் வெப்பன் இந்த மல்டிபர்ப்பஸ் டிவைஸ். குட். இப்ப என்னை என்ன பண்ணப்போறே? அந்தக் கத்தியால குத்திக் கொல்லப் போறியா? ம்...வா... வந்து ட்ரை பண்ணு.''

ஹம்தா கையில் கத்தியோடு அவன் மீது பாய்ந்தாள்.

தன் மீது ஒரு புஷ்பமூட்டையைப் போல் வந்துவிழுந்த ஹம்தாவைச் சுலபமாயக் கையாண்டான் சர்புதீன். கத்தியைப் பிடித்திருந்த அவளுடைய வலது கையின் மணிக்கட்டை இறுக்கமாய்ப் பற்றிக்கொண்டவன், தன் வலது கையால் அவளுடைய கழுத்தைப் பிடித்தான். இரும்புப் பிடி.

பத்தே விநாடிகள்.

ஹம்தாவின் தலை ஸ்லோமோஷனில் தொய்ந்தது. சர்புதீன், வேனை ஓட்டிக் கொண்டிருந்த நபரைப் பார்த்துக் குரல் கொடுத்தான்.

''வஹாப்...''

''என்ன சர்புதீன்?''

''ரெண்டாவது கோழியையும் கொல்ல வேண்டியதாயிடுச்சு.''

வேனை வளைவில் திருப்பிக் கொண்டே அந்த வஹாப் சிரித்தான்.

''சரி சரி... மூணாவது கோழி என்ன பண்ணுது?''

''மிரண்டு போய் உட்கார்ந்திருக்கு.''

''அதைக் கொன்னுடாதே... பத்திரமாய்க் கொண்டுபோய் சேர்க்கணும்.''

''அது எனக்குத் தெரியாதா என்ன?''

மஹிமாவின் உடம்புக்குள் 440 வோல்ட்ஸ் திகில் மின்சாரம் பாய்ந்துகொண்டிருக்க, வேன் இப்பொழுது 150 மைல் வேகத்தில் ஒரு அரையிருட்டான சாலையில் பயணித்துக் கொண்டிருந்தது.

✶ ✶ ✶

17

ஒருபுறம் இம்ராவும் இன்னொரு புறம் ஹம்தாவும் சடலங்களாய் சரிந்து கிடக்க, அவர்களுக்கு நடுவே சர்புதீன் முகத்தில் எந்த ஒரு சலனமும் இல்லாமல் உட்கார்ந்திருந்தான். கையில் ஒரு காக்டெயில் மது டப்பி.

வேன் அசுர வேகத்தில் போவதற்கு அடையாளமாய் வேனின் கண்ணாடி ஜன்னல்களில் மைக்ரோ விநாடி நேரத்துக்குள் நிறம் நிறமாய் காட்சிகள் மாறிக்கொண்டிருந்தன.

மஹிமாவின் ஓட்டுமொத்த உடம்பும் ஃப்ரிட்ஜில் வைத்த ஒரு பொருளைப்போல் சில்லிட்டுப் போயிருந்தது. அதையும் மீறி நெற்றியில் பயத்தின் காரணமாய் வியர்வைச் சரம்.

சர்புதீன் டப்பியில் இருந்த மதுவை ஒரு வாய் வைத்துவிட்டு, மஹிமாவை சிதைந்துபோன புன்னகையோடு பார்த்தான்.

''என்ன மஹி... துபாய்க்கு வந்தது எவ்வளவு பெரிய தப்புன்னு இப்ப யோசனை பண்ணிட்டிருக்கியா? ஸாரி... தலைக்கு மேல் வெள்ளம் போயிட்டிருக்கு. இனிமேல் உன்னோட இஷ்டப்படி மூச்சுகூட விட முடியாது. நீ புத்திசாலியாய் இருந்தா, உயிரோடு

இருக்கலாம். இல்லைனா, உன்னோட இந்தத் திடீர் தோழிகள் போன இடத்துக்கே நீயும் போய்ச்சேர வேண்டியதுதான்.''

மஹிமா கலவரமாய் அவனை ஏறிட்டு உலர்ந்துபோன உதடுகளோடு கேட்டாள். குரல் ஈனஸ்வரமாய் வெளிப்பட்டது.

''நாம இப்போ எங்கே போயிட்டுருக்கோம்?''

''இன்னும் இருபது நிமிஷத்துல உனக்கே தெரியும்...''

''எ...எ...என் மேல் யாருக்கு என்ன கோபம்?''

''உன் மேல் யாருக்கும் எந்தக் கோபமும் இல்லை...''

''பின்னே நடக்குற இந்தச் சம்பவங்களுக்கெல்லாம் என்ன காரணம்?''

''அரேபிய ரோஜாவுக்காக நடக்கிற போராட்டம் இது.''

''எனக்குப் புரியல...''

''புரியும்படியாவே சொல்றேன். இந்த அரேபிய ரோஜா ப்ராஜெக்ட் யாருக்காகத் தயாரிக்கப்பட்டது?''

''அல்-அராஃபத் டெக்னாலஜி பீப்பிள்ஸ்க்காக.''

''இனிமேல் நீ அவங்களை மறந்துடணும்.''

''மறந்துட்டு...'' மஹிமா லேசாய் கோபப்பட்டாள்.

''அந்த ரோஜாவின் வாசனையை இன்னொருத்தருக்குக் காட்டணும்.''

''யார் அந்த இன்னொருத்தர்?''

''இன்னும் கொஞ்ச நேரத்துல அவரைப் பார்க்கப் போறே!''

மஹிமா சற்றே மவுனித்துவிட்டு ''இது நியாயமா?'' என்று உடைந்த குரலில் கேட்டாள்.

''எது?''

''நீ அல்-அராஃப்த் டெக்னாலஜியில் ஒரு கீ போஸ்ட்டில் வேலை பார்த்துக்கிட்டே இப்படி ஒரு நம்பிக்கைத் துரோகியாகவும், கொலைகாரனாகவும் மாறியிருக்கியே. இது நியாயமா?''

''நியாயம் அநியாயத்தையெல்லாம் தராசுல வெச்சு எடை போட்டுப் பார்த்துக்கிட்டிருந்தா, இந்தத் துபாய்ல கோடீஸ்வரனாக முடியாது. இந்தத் துபாய், மனிதனால் உண்டாக்கப்பட்ட சொர்க்கம். இங்கே காத்து இல்லைனாலும் சரி, உயிர் வாழ்ந்துவிடலாம். பணம் இல்லாம வாழ முடியாது.''

''அதுக்காக இவ்வளவு பெரிய துரோகமா?''

மஹிமா பேசி முடிக்கவில்லை. சர்புதீன் தன் கையில் இருந்த மது டப்பியை அவளை நோக்கி எறிந்தான்.

''ஏய்ய்ய்... பேசாதே...நான் என்ன சொன்னாலும் நீ தலையாட்டணுமே தவிர கேள்வி கேட்கக் கூடாது. புத்தி சொல்லக் கூடாது.''

சர்புதீன் மூச்சிரைத்துக்கொண்டிருக்கும்போதே வேனின் வேகம் குறைந்தது. டிரைவரிடம் கேட்டான் சர்புதீன்.

''என்ன வஹாப்?''

''செத்துப் போன அந்த ரெண்டு கோழிகளையும் சுத்தம் பண்ண வேண்டாமா?''

''பண்ணணும்!''

''அதான் கார்ப்பேக் கோடவுனுக்கு வந்துட்டேன். நம்ம பசங்க ரெண்டு பேர் வருவாங்க. அந்த ரெண்டையும் குடுத்து விட்டுரு.''

''நான் கூட இதை மறந்துட்டேன்.''

''எனக்கும் ஞாபகமில்லை. ஷேக்கோட தம்பி போன் பண்ணிச் சொன்னார்.''

வேன் இருட்டில் ஓர் ஓரமாய்ப் போய் நின்றது.

''பசங்க வர்றதுக்கு எவ்வளவு நேரமாகும் வஹாப்?''

''பத்து நிமிஷத்துக்குள்ள வந்துடுவாங்க... ஏன்...?''

''ஒண்ணுமில்ல... அதுக்குள்ள மஹிமாகிட்ட எனக்கு ஒரு முக்கியமான வேலை இருக்கு. அதை முடிச்சிக்கிறேன்'' சொன்ன சர்புதீன் தடுமாற்றமாய் எழுந்து வந்து மஹிமாவுக்கு எதிரே இருந்த இருக்கைக்குச் சாய்ந்தான். வேனுக்குள் பரவியிருந்த ஏ.சி. காற்றில் அவன் சாப்பிட்ட உயர்தரமான விஸ்கி நாறியது.

''மஹி... உன்னோட செல்போனை எடுத்துக்க.''

''எதுக்கு?''

''நீ துபாய்க்கு பத்திரமாய் வந்து சேர்ந்ததை வீட்டுக்குப் போன் பண்ணிச் சொல்லிட்டியா?''

''இல்லை.''

''மொதல்ல வீட்டுக்குப் போன் பண்ணிப் பேசு. அதுக்கு அப்புறம் கனடாவில் இருக்கிற உன்னோட உட் பி சகாதேவுக்கு போன் பண்ணு.''

மஹிமா தலை குனிந்தபடி மௌனம் காத்தாள்.

''என்ன பேச்சையே காணும்?''

''நான் இப்போ அவங்களுக்குப் போன் பண்ணி பேசக்கூடிய மனநிலையில் இல்லை.''

''நோ. நீ இப்போ பேசியாகணும்.''

''என்னை ஃபோர்ஸ் பண்ணாதே!''

''நீ இப்போ பேசப் போறியா இல்லையா?''

''மாட்டேன். நீ என்ன பண்ணுவே... இந்த ரெண்டு பேரையும் சுட்ட மாதிரி என்னையும் சுடப்போறியா. சுடு.''

சர்புதீன் விஷமமாய்ப் புன்னகைத்தான்.

''உன்னைச் சுட எனக்குப் பைத்தியமா பிடிச்சிருக்கு? நீ மாட்டேன்னு சொன்னா நெஞ்சுல தோட்டாவை வாங்கிக்கிட்டு சாகப்போறது யார் தெரியுமா?''

யார் என்பதுபோல் உறைந்து போன விழிகளோடு சர்புதீனை ஏறிட்டாள். அவன் சிரித்துக்கொண்டே தன் செல்போன் திரையை உயிர்ப்பித்துக் காட்டினான்.

''இது லைவ் டெலிகாஸ்ட். இதுல எது மாதிரியான சம்பவம் போயிட்டுருக்குன்னு பாரு.''

மஹிமா தன்னுடைய கலவரப் பார்வையை சர்புதீனின் செல்போன் திரைக்குக் கொண்டுபோனாள். இதயத் துடிப்பு எகிறியது.

மக்கள் நடமாட்டம் இல்லாத, போக்குவரத்து இல்லாத ஒரு சாலையின் பிரிவில் MEET AND EAT என்ற நியான் பெயர்ப் பலகையோடு ரெஸ்டாரன்ட் ஒன்று தெரிய, உள்ளே மூலையோர மேஜைக்குப் பின்னால் சகாதேவ் உட்கார்ந்து ப்ளேட்டில் இருந்த ப்ரட் சான்ட்விச்சை முள் கரண்டியால் குத்தி வாயில் திணித்துக்கொண்டிருந்தான்.

மஹிமா அதிர்ந்துபோனவளாய் சர்புதீனைப் பார்க்க, அவன் தன் கண்ணைச் சிமிட்டினான்.

''என்ன மஹி... ஷாக்கிங்கா இருக்கா? கனடாவில் இந்நேரம் இந்த நிமிஷம் உன்னைக் கட்டிக்கப்போற சகாதேவ் 'மீட் அண்ட் ஈட்' என்கிற ரெஸ்டாரென்ட்டில் உட்கார்ந்து நல்ல பசியோடு சாப்பிட்டுக்கிட்டுருக்கான். அவனை அப்படியே சாப்பிட விடலாமா... இல்லை சாகடிச்சிடலாமா?''

மஹிமா கலவரமாகி சர்புதீனின் கையில் இருந்த செல்போனைப் பறித்து மூச்சிரைத்தபடி பார்த்தாள். சர்புதீன் சிரித்தான்.

''பாரு மஹி... நல்லாப் பாரு. உன்னோட ஆள் சகாதேவை மட்டும் பார்த்துட்டு இருக்காதே. அவனுக்குப் பக்கத்து டேபிளில் இருக்கிற ஒரு ஆளையும் பாரு. அவன் சிக்கன் சீஸ் ரோல் சாப்பிடுற மாதிரி தெரியும். அவனோட பார்வை பூராவும் சகாதேவ் மேலதான் இருக்கும். இந்த இடத்தில் இருந்து நான் 'எஸ்'னு ஒரு சின்ன வார்த்தையைச் சொன்னாப் போதும். அதே விநாடி சீஸ் ரோல் வச்சிருக்கிற அவனோட கையில் பிஸ்டல் முளைக்கும். சகாதேவோட உடம்புல நாலைஞ்சு ரத்தப் பொத்தல்கள் விழும்.''

செல்போனைப் பிடித்திருந்த மஹிமாவின் கை நடுங்கியது. பார்வை ஆணியடித்ததுபோல் அந்த நபரின் மேல் நிலைத்து நின்றது.

சர்புதீன் குரலைத் தாழ்த்தினான்.

''அவன் பேர் ஜான் ஸ்மித். ப்ரொபஷனல் கில்லர். ஜீரோ நாய்ஸ் சைலன்ட் பிஸ்டலில் விநாடிக்கும் குறைவான நேரத்தில் சுட்டுத் தள்ளிட்டுக் கண்ணிமைக்கிற நேரத்துக்குள்ள காணாமப் போய்டுவான். இப்போ நான் 'எஸ்'னு சொல்லவா... இல்லை... நீ வீட்டுக்குப் போன் பண்றியா?''

''வீ...வீ...வீட்டுக்குப் போன் பண்றேன்.''

''லேண்ட்லைனுக்குப் பண்ணு ஸ்பீக்கர் 'ஆன்'ல இருக்கட்டும்.''

மஹிமா கை நடுக்கத்தோடு தன் செல்போன் மூலம் வீட்டின் லேண்ட்லைன் போனைத் தொடர்புகொண்டாள்.

நீண்ட நேரம் ரிங் போன பிறகு ரிஸீவர் எடுக்கப்பட்டது.

''ஹலோ...'' என்றாள் மஹிமா.

மறுமுனையில் வேலைக்காரப் பெண் சரோஜாவின் குரல் கேட்டது.

''அம்மா.''

''அ... அ... அம்மா... அது வந்து... அப்பா ஆஸ்பத்திரியில இருக்கார்மா...''

''எ...எ...என்ன சொன்னே... அப்பா ஹாஸ்பிடல்ல இருக்காரா...?''

''ஆமாம்மா...''

''அப்பாவுக்கு என்ன?''

''அப்பா திடீர்னு மயக்கம் போட்டு விழுந்திட்டாரும்மா... எல்லோரும் ஆஸ்பத்திரில இருக்காங்க. நான் மட்டும்தான் வீட்ல இருக்கேன்.''

✱ ✱ ✱

மஹிமாவின் குரல் இப்போது ஒரு மெல்லிய அழுகையாய் மாறியிருக்க, மறு முனையில் இருந்த வேலைக்காரி சரோஜாவிடம் தொடர்ந்து பேசினாள்.

''அ... அ... அப்பாவுக்கு இப்போ எப்படியிருக்கு?''

''தெரியலம்மா. ஹாஸ்பிடலுக்குப் போனவங்க யாரும் இன்னும் திரும்பி வரல.''

''எதிர் வீட்ல வைதேகி மாமி இருந்தா கூப்பிட்டுப் பேசச் சொல்லு!''

''இதோ கூப்பிடுறேம்மா...''

மஹிமா செல்போனைக் காதோடு ஒட்டவைத்துக் கொண்டு காத்திருக்க, எதிரில் உட்கார்ந்து அவளையே பார்த்துக்கொண்டிருந்த சர்புதீன் கேட்டான்.

''என்ன உங்கப்பனுக்கு உடம்பு சரியில்லையா?''

''ஆ...ஆமா...''

''இதோ பார் உன்னோட அப்பன் அங்கே செத்துப்போனாலும் சரி, நீ துபாயை விட்டு உடனே கிளம்ப

முடியாது. 'அரேபிய ரோஜா' ப்ராஜெக்ட் சம்பந்தமாய் நீ அவசரமாய், அவசியமாய் செய்ய வேண்டிய வேலைகள் இங்கே நிறைய இருக்கு. நாம இன்னும் கொஞ்ச நேரத்துல முக்கியமான ஒருத்தரைப் பார்க்கப் போறோம். அதுக்குத் தயாராய் நீ உடலளவிலும் மனதளவிலும் மாறணும். அப்படி மாறாத பட்சத்தில் இதோ இந்த இம்ராவுக்கும் ஹம்தாவுக்கும் என்ன நிலைமை ஏற்பட்டதோ அதே நிலைமைதான் கனடாவில் இருக்கிற உன்னோட உட்பி சகாதேவுக்கும் ஏற்படும்.''

சர்புதீன் பேசுவதை மஹிமா கலக்கமுடன் கேட்டுக்கொண்டிருக்கும்போதே அவளுடைய காதோடு ஒட்டியிருந்த செல்போனில் எதிர்வீட்டு வைதேகி மாமியின் குரல் கேட்டது.

''என்ன மஹி... துபாய் போய்ச்சேர்ந்துட்டியா?''

''ம். சேர்ந்துட்டேன்... அப்பாவுக்கு என்னாச்சு மாமி?''

''அப்பாவுக்கு பயப்படற மாதிரி ஒண்ணுமில்ல. என்னோட பையன் ஹாஸ்பிடலிலிருந்து இப்பதான் போன் பண்ணி 'அங்கிளுக்கு ஒண்ணுமில்லம்மா...ஹைபர் டென்ஷன்... டாக்டர் ஒரு இஞ்ஜெக்‌ஷன் போட்டதுமே நார்மலுக்கு வந்துட்டார். ஒரு மணி நேரம் ரெஸ்ட் எடுத்துட்டுக் கிளம்பி வர வேண்டியதுதான்'னு சொன்னான். நீ ஒண்ணும் கவலைப்படாத மஹி. அப்பாவுக்கு உன்னோட கல்யாண டென்ஷன். அது தவிர துபாய்க்கு நீ தனியாய் போறதைப் பத்தி புலம்பிட்டே இருந்தார்.''

''அம்மாவுக்கு ஒண்ணும் தெரியாது. நீங்க கொஞ்சம் பக்கத்துல இருந்து பாத்துக்குங்க மாமி.''

''நாங்க பாத்துக்குறோம்... நீ போன் பண்ணி பேசினதைப் பத்தி அம்மா அப்பாகிட்ட சொல்லிடுறேன்.''

''சரி மாமி'' என்று மஹிமா சொல்லிக்

கொண்டிருக்கும்போதே சர்புதீன் அவளுடைய கையில் இருந்த செல்போனைத் தட்டிப் பறித்தான். இணைப்பைத் துண்டித்துவிட்டுச் சொன்னான்.

''நல்ல வேளை உங்கப்பன் மண்டையப் போடல.''

வேனின் ட்ரைவிங் இருக்கையிலிருந்து திரும்பிப் பார்த்த வஹாப் குரல் கொடுத்தான்.

''சர்புதீன்...''

''என்ன?''

''வேனோட பேக்டோரைத் திற... நம்ம பசங்க வந்துட்டாங்க. செத்த கோழி ரெண்டையும் எடுத்துட்டுப் போகட்டும்.''

சர்புதீன் வேனின் பின்பக்கக் கதவைத் திறந்தான். சாலையோர இருட்டில் சிறிய கார் ஒன்று நின்றிருக்க, அதனருகே நிழல் உருவங்களாய் தெரிந்த இரண்டு பேர் வேனை நோக்கி ஓடி வந்தார்கள். ஒருவன் இம்ராவையும் இன்னொருவன் ஹம்தாவையும் தூக்கி தோள்களின் மேல் போட்டுக்கொண்டு காரைப் பார்த்து நடக்க ஆரம்பித்துவிட, வேனின் பின்பக்க கதவைச் சாத்தினான் சர்புதீன்.

''வஹாப்...வேனை எடு... இன்னும் பத்து நிமிஷத்துல ஸ்பாட்ல இருக்கணும்.''

வேன் நகர்ந்து அடுத்த சில விநாடிகளில் ஓர் ஏவுகணையாய் மாறியது. மஹிமாவின் மனசுக்குள் ஒரு பிரளயம் நிசப்தமாய் நிகழ்ந்து கொண்டிருந்தது.

வேனின் வேகம் படிப்படியாய் குறைந்து தன்னுடைய ஒட்டுமொத்த இயக்கத்தையும் நிறுத்திக் கொள்ள, சர்புதீன் கேட்டான்.

''என்ன வஹாப், இறங்கலாமா?''

''ம்... இறங்கலாம். வேன் இப்போ ரிசார்ட் பங்களாவோட போர்டிகோவில் இருக்கு.''

வேனை விட்டுக் கீழே குதித்தான் சர்புதீன்.

''இறங்கு மஹி.''

மஹிமாவின் உடம்பு பயத்துடன் கூடிய ஒரு நடுக்கத்துக்கு உட்பட்டிருக்க, தடுமாற்றமாய் இறங்கினாள். காற்றில் குளிர் அதிகமாய் இருந்தது. எல்லாப் பக்கமும் இருட்டு தெரிய சற்றுத் தொலைவில் மங்கலான வெளிச்சத்தில் ஒரு பங்களா மட்டும் பிரம்மாண்டம் காட்டியது. சர்புதீன் அவளுடைய முதுகுக்குப் பின்னால் இருந்து மெல்ல சிரித்தான்.

''என்ன மஹிமா...ரொம்பவும் குளிருதா... அப்படித்தான் குளிரும். ஏன்னா இங்கிருந்து டெசர்ட் சபாரி பாலைவனம் ஒரு கிலோமீட்டர் தூரத்துக்குள்ளதான் இருக்கு. இந்த சீசன்ல கோல்ட் வேவ் கொஞ்சம் அதிகமாத்தான் வீசும். என்னோட ஜெர்கின் கோட்டைத் தர்றேன். போட்டுக்கறியா?''

''வேண்டாம்.''

''இதோ பார் மஹி. இப்ப உன்னோட இருக்கிற இந்தப் பிடிவாதம் எல்லாம் இன்னும் கொஞ்ச நேரத்துக்கு மட்டும்தான். அதுக்கப்புறம் உன்னோட இஷ்டப்படி நீ மூச்சுகூட விட முடியாது.''

''இ...இ...இப்ப நாம யாரைப் பார்க்கப் போறோம்?''

''அந்த ரிசார்ட் பங்களாவுக்குள்ள போனா, தானே தெரியும். நீ முன்னாடி நட...'' சர்புதீன் சொல்லிக்கொண்டே தன் கையில் வைத்து இருந்த பிஸ்டலால் மஹிமாவின் நடு முதுகில் கோடு போட்டான்.

பரந்த புல்வெளிக்கு நடுவே தெரிந்த லானில் மெதுவாய் நடந்தாள் மஹிமா. அரையிருட்டில் ஒரு ராட்சசன் மண்டி போட்டு உட்கார்ந்த தினுசில் இருந்த பங்களாவை நெருங்கி,

அதன் விஸ்தாரமான படிகளில் ஏறினார்கள். ஏறும்போதே படிகளில் அரபு ஷேக் ட்ரெஸ்கோடில் ஒரு நபர் எதிர்ப்பட்டு நல்ல தமிழில் பேசினான்.

''வா சர்புதீன்... நீ துல்லியமாத் திட்டம் போட்டு மஹிமாவை இங்கே கொண்டுவந்ததைப் பற்றி அண்ணன் வாய் ஓயாமல் உன்னைப் புகழ்ந்து பேசிட்டிருக்கார்.''

சர்புதீன் சிரித்தான். ''எல்லாமே அவர் போட்டுக்கொடுத்த திட்டம்தானே ஹயாத்...''

அந்த ஹயாத், மஹிமாவை மெலிதான அத்தர் வாசனையுடன் நெருங்கினான்.

''வாட்ஸ் அப் போட்டோவில் பார்த்ததைக் காட்டிலும் அழகா இருக்கே?''

மஹிமா, ஹயாத்தை விட்டுச் சட்டென்று ஒதுங்கி நிற்க, அவன் சிரித்தான்.

''பெண்கள்கிட்ட இருக்கிற இந்தப் பயமும் வெட்கமும் எனக்கு ரொம்பப் பிடிக்கும்.''

''ஹயாத்... அவளைச் சீண்டாதே... ஷி ஈஸ் வெரி சென்சிட்டிவ். நமக்கு ப்ராஜெக்ட்தான் முக்கியம். இவ உடம்பு இல்ல. அண்ணன் எங்கே இருக்கார்... அவரோட அறையில்தானே?''

''ஆமா...''

மஹிமாவுக்கு இருபுறமும் அவர்கள் நடந்தார்கள்.

பெரிய ஹால். விதானத்திலிருந்து நட்சத்திரங்களைக் கோத்து மாலை கட்டியது போல் கொத்துகொத்தாய் லாந்தர் விளக்குகள் தொங்கிக்கொண்டிருக்க ஐந்து நிமிட நேரம் நடந்து அந்த ஹாலின் மூலையில் இருந்த ஒரு கனமான

கதவைத் தள்ளிக்கொண்டு உள்ளே போனார்கள்.

900 சதுர அடி பரப்புள்ள அந்த ஹாலின் மையத்தில் ஊதா நிற வெல்வெட்டால் ஆன சோபாக்கள் போடப்பட்டு இருக்க, ஹூக்கா பிடித்தபடி அந்த அரபு இளைஞன் தெரிந்தான். அவன் முகத்தில் பயிராகியிருந்த கரிய மீசையும் தாடியும் அவனுடைய ரோஸ் மில்க் நிறத்தை எடுப்பாக்கிக் காட்டியது.

சர்புதீன், மஹிமாவின் காதருகே அடிக்குரலில் பேசினான். ''அவர்தான் அப்சல் ஜாவித். இந்த துபாயில் உள்ள நூறு பெரிய பணக்காரர்களில் இவரும் ஒருவர். பத்துக்கும் மேற்பட்ட மல்டி நேஷனல் கம்பெனிகளுக்கு இவர்தான் சேர்மென். துபாய் போலீஸ் இவரோட இடது உள்ளங்கையிலும், சட்டம், கோர்ட் அவரோட வலது உள்ளங்கையிலும் அடக்கம். அவர் கேட்கிற கேள்விகளுக்கு மட்டும் நீ பதில் சொல்லணும். அதிகப்படியாய் ஒரு வார்த்தை பேசினாலும் அவருக்குப் பிடிக்காது. அவருக்கு ஒரு விஷயம் பிடிக்கலைனா, அவர் கொடுக்கக்கூடிய தண்டனைகள் ரொம்பவும் அருவருப்பாய் இருக்கும்.''

மஹிமாவின் அடிவயிறு அவஸ்தையில் புரண்டது. அப்சல் ஜாவித் ஹூக்காவைத் தள்ளிவைத்துவிட்டு தனக்கு எதிரே நின்ற மஹிமாவை ஏறிட்டு ஒரு புன்னகையோடு பார்த்தான். நல்ல தமிழில் பேசினான்.

''உன்னோட உயரம் என்ன?''

மஹிமா சில விநாடிகள் மவுனமாய் இருந்துவிட்டு மெல்ல முனகினாள். ''ஐந்தடி ஆறங்குலம்.''

''வெயிட்.''

''ஃபிப்டி ஃபைவ் கேஜி.''

அப்சல் ஜாவித் அவளை உன்னிப்பாய்ப் பார்த்தபடி

பேசினான். ''ஐந்தரையடி உயரமும் ஐம்பத்தைந்து கிலோ எடையும் கொண்ட ஒரு பெண்ணின் மூளை எவ்வளவு கிராம்னு தெரியுமா மஹிமா?''

தெரியாது என்பது போல் தலையாட்டினாள் மஹிமா.

''ஆயிரத்து இருநூறு கிராம்'' என்று சொன்ன அப்சல் ஜாவித் குரலைத் தாழ்த்தினான்.

''அந்த மூளையோட மொத்தச் செயல்பாடும் இனி எனக்கு மட்டுமே சொந்தம்.''

✶ ✶ ✶

அப்சல் ஜாவித் தன் சீரற்ற பல்வரிசையைக் காட்டி மஹிமாவைப் பார்த்துச் சிரித்தான்.

''இப்போ நடந்துட்டிருக்கிற எல்லாச் சம்பவங்களும் உனக்கு அதிர்ச்சியாகத்தான் இருக்கும். இதெல்லாம் இன்னிக்கு ஒரு நாளைக்கு மட்டும்தான். நாளையிலிருந்து நாம எல்லோரும் நார்மலாயிடுவோம். உன் மூளையோட ஒட்டுமொத்த செயல்பாடும் இனிமேல் என்னுடைய 'ஹை ஸ்கை' டெக்னாலஜி பீப்பிள்ஸுக்கு மட்டுமே சொந்தம். 'அல்-அராஃபத்'துக்காக உருவாக்கப்பட்ட அந்த 'அரேபிய ரோஜா' என்னோட சிலிக்கான் தோட்டத்தில்தான் பூக்கணும்.''

அண்ணன் அப்சல் ஜாவித் பேசி முடிக்கும்வரை மவுனம் காத்த ஹயாத், உதட்டிடுக்கில் தொங்கிக்கொண்டிருந்த சிகரெட் பைப்போடு மஹிமாவை நெருங்கினான்.

''இன்னும் ஒரு மாச காலத்துக்கு நீ இந்த வீட்டில்தான் இருந்தாகணும். வேற வழியில்லை. இது ஒரு அறிவுத் திருட்டு. எங்களுக்கு நீ வேணும். உன்கிட்ட இருக்கிற அந்த ரிஸரக்ஷன் டெக்னாலஜி வேணும். எங்களுக்கு நீ ஒத்துழைப்பு தராதபட்சத்தில்

கனடாவில் இருக்கிற உன்னோட உட் பி சகாதேவ் உயிரோடு இருக்க மாட்டான். அவன் மட்டுமல்ல உன்னோட அம்மா, அப்பா ரெண்டு பேர்ல யாராவது ஒருத்தர்தான் உயிரோட இருப்பாங்க.''

ஹயாத்தின் பேச்சு மஹிமாவை பயத்தில் உறைய வைத்தாலும், அவளுடைய உள்ளுணர்வு விழித்துக்கொண்டது.

'இனி இவர்களைப் பார்த்து பயப்படக்கூடாது. தைரியமாய் இருப்பதுபோல் நடிக்கவாவது செய்ய வேண்டும். இவர்கள் எதிர்பார்க்கும் ஒரு விஷயம் என்னிடம் இருப்பதால், அவ்வளவு சீக்கிரத்தில் எந்த ஒரு முடிவையும் எனக்கு எதிராய் எடுத்துவிட மாட்டார்கள்.'

சற்று தள்ளி நின்றிருந்த சர்புதீன் ஒரு கோணல் சிரிப்போடு பக்கத்தில் வந்தான்.

''என்ன மஹிமா...உன்னோட மனசுக்குள்ளே ஏதோ ஒரு யோசனை ஓடிக்கிட்டிருக்கு போலிருக்கு? அது என்னன்னு நான் சொல்லட்டுமா? உன்னை ஏர்போர்ட்டிலிருந்து கூட்டிட்டுப்போக வந்த 'அல்-அராஃபத்' கம்பெனியைச் சேர்ந்த ஆட்கள் இந்நேரம் துபாய் ஏர்போர்ட்டை விட்டு வெளியே நீ வரலைங்கிற விஷயத்தை கம்பெனியின் மேலதிகாரிகள் கவனத்துக்குக் கொண்டு போயிருப்பாங்க. அவங்களும் அதிர்ச்சியடைந்து போலீஸுக்கு இன்ஃபார்ம் பண்ண, போலீஸ் இந்நேரம் உன்னைத் தேடுற முயற்சியில் ஈடுபட்டு எப்படியும் இந்த இடத்துக்கு வந்து உன்னைக் காப்பாத்திடுவாங்க எங்கிற யோசனைதானே?''

மஹிமா ஒன்றும் பேசாமல் மவுனமாய் நின்றாள்.

சர்புதீன் தொடர்ந்தான். ''அப்படியொரு எண்ணம் உன்னோட மனசுக்குள்ளே இருந்தா, அதை இந்த விநாடியே அழிச்சிடு. ஏன்னா ஏர்போர்ட்டுக்கு உன்னை பிக்

அப்பண்ண வந்த ஆட்கள் நான் அனுப்பின ஆட்கள்தான். உன்னை வரவேற்கவும் உன்கூட பேச்சு வார்த்தை நடத்தவும் ''அல்-அராஃபத்' நிர்வாகம் என்னைத் தான் நியமனம் பண்ணியிருக்காங்க... நான் மட்டும்தான் உன்கூட பேசணும்கிறது கம்பெனியோட கட்டளை. ஒரு வாரத்துக்கு அப்புறம்தான் நீ டெக்னாலஜி பீப்பிள்ளைச் சந்தித்துப் பேச முடியும். இந்த ஒரு வாரத்துக்குள்ளே நீ இங்கே செய்ய வேண்டிய வேலைகள் நிறைய இருக்கு.''

மஹிமா முதல் தடவையாகத் தன் உடம்பில் பரவியிருந்த பயத்தை உதறிவிட்டு சர்புதீனை ஏறிட்டாள்.

''நீ ஒரு விஷயத்தைப் புரிஞ்சுக்கணும். அரேபிய ரோஜா ப்ராஜெக்ட் ஒரு கூட்டு முயற்சி. இதில் என்னோட தனிப்பட்ட திறமை எதுவும் இல்லை.''

''அப்படின்னு நீ சொல்றே. ஆனா அந்த ப்ராஜெக்ட் தொடர்பா யாருக்கும் தெரியாம நீ ரெண்டு மினி ப்ராஜெக்ட்களை உருவாக்கியிருக்கே... உண்டா இல்லையா?''

மஹிமாவின் மூளைக்குள் ஓர் அதிர்ச்சி மின்னல் பாய்ந்தாலும், முகத்தை இயல்பாய் வைத்துக்கொண்டு கேட்டாள்.

''மினி ப்ராஜெக்ட்டா?''

''இந்த அப்பாவித்தனமான நடிப்பெல்லாம் இந்தியாவில் எடுபடலாம். ஆனா, இந்த துபாயில் அதுவும் எங்கிட்டே எடுபடாது. நீ பண்ணிட்டுருக்கிற ரெண்டு மினி ப்ராஜெக்ட்டுகளுக்கான ஆதாரம் எங்ககிட்ட இருக்கு. ஆதாரத்தைக் காட்டவா?'' சொன்ன சர்புதீன் தன் கையில் வைத்திருந்த ஃபோல்டிங் ஃபைலைப் பிரித்து உள்ளே கோக்கப்பட்டு இருந்த ஒரு ப்ரிண்டட் கம்ப்யூட்டர் தாளை எடுத்து நீட்டினான்.

மஹிமா அதை வாங்கிப் பார்த்தாள்.

ஆங்கிலத்தில் டைப் செய்யப்பட்ட வார்த்தைகள் வரிவரியாய்த் தெரிய, மனசுக்குள் படித்தாள். தமிழாக்கம் மூளைக்குள் ஓடியது.

புத்திசாலித்தனம் குறைவாக உள்ள சில மனிதர்களை நாம் முட்டாள் என்று அழைக்கிறோம். ஆனால், உண்மை என்னவென்றால் முட்டாள்களின் மூளை அளவுக்குக்கூட ஒரு கம்ப்யூட்டரை உருவாக்க அதிபுத்திசாலியான விஞ்ஞானிகளால் முடியவில்லை. இதன் ஆரம்பம்தான் 'PNN' எனப்படும் பிஸிகல் நியூரல் நெட்வொர்க். இதில் பயன்படுத்தப்போகும் விர்ச்சுவல் நியூரான்ஸ், நியூரல் நெட் எனப்படும் செயற்கை நுண்ணறிவு அல்காரிதங்கள் போன்றவை எதிர்காலத் தொழில்நுட்பங்கள்.

மஹிமா படிப்பதைப் பாதியில் நிறுத்திவிட்டு மிரண்டு போனவளாய் நிமிர்ந்தாள். 'எப்படியோ மோப்பம் பிடித்துவிட்டார்கள்.'

சர்புதீன் சிரித்தான்.

''உன்னோட பர்சனல் கம்ப்யூட்டர் அடைகாத்துக் கொண்டு இருந்த இந்த மினி ப்ராஜெக்ட் விஷயம் எப்படி வெளியே வந்தது, இதுக்குக் காரணம் யார் என்கிற கேள்விகள் இப்போ உன் மனசுக்குள்ள ஓடிக்கிட்டு இருக்கும். அவங்க யாருன்னு தெரிஞ்சிக்க நீ விரும்பினா, சிரமம் பார்க்காம கொஞ்சம் திரும்பிப் பாரு.''

மஹிமா கலவரமாய்த் திரும்பிப் பார்த்தாள்.

கௌசிக், நிஷா இரண்டு பேரும் ஒரு சோபாவில் சாய்ந்து உட்கார்ந்தபடி அவளையே பார்த்துக் கொண்டிருந்தார்கள்.

மஹிமா அதிர்ச்சியும் வேகமும் கலந்த நடையோடு அவர்களை நோக்கிப் போனாள். பேசத் திணறினாள்.

''ஸ...ஸ...ஸார்... நீங்க இங்கே...எப்படி?''

கெளசிக் சலனம் இல்லாத முகத்தோடு சொன்னார்.

''நானும் நிஷாவும் இன்னிக்குக் காலையிலேயே துபாய் வந்துட்டோம். அப்சல் ஜாவித்தும் ஹயாத்தும் என்னோட க்ளோஸ் ஃப்ரெண்ட்ஸ். மோர் ஓவர் நம்ம கம்பெனிக்கு சைலன்ட் பார்ட்னர்ஸ்.''

மஹிமாவுக்குத் தொண்டை அடைத்தது.

''ஸார்... நீங்க இப்படி டூ எட்ஜ்டு வெப்பனாய் இருப்பீங்கன்னு கொஞ்சம்கூட நினைக்கலை.''

''நான் தான் உன்னை துபாய்க்குப் போக வேண்டாம்னு சொன்னேனம்மா...நீதான் கேட்கலை.''

''நீங்க உண்மையான அக்கறையோடு சொல்லலைனு இப்பத்தான் தெரியுது. நான் உங்களை கம்பெனியோட ஈ.டியா பார்க்கலை. என்னோட அப்பா மாதிரி நினைச்சுத்தான் நான் பண்ணிட்டிருந்த ப்ராஜெக்ட்களைப் பத்தி உங்ககிட்ட டிஸ்கஸ் பண்ணினேன்.''

கெளசிக் சிரித்தார்.

''இதோ பாரு மஹி... இந்த அப்பா-பொண்ணு சென்டிமென்ட் எல்லாம் ஒர்க்கவுட் ஆகிற இடம் இது இல்லை. அப்சலும் ஹயாத்தும் உன்கிட்டயிருந்து எது மாதிரியான டெக்னாலஜியை எதிர்பார்க்கிறாங்களோ, அதைக் கொடுத்துவிட்டு பத்திரமாய் ஊர் போய்ச் சேரும்மா. நாங்க எல்லோருமே திட்டம் போட்டுக் காய் நகர்த்தியிருக்கோம். அதுல இனி ஒரு மில்லிகிராம் அளவுக்குக்கூட மாற்றம் கிடையாது. போ...போய் ரெஸ்ட் எடுத்துக்கிட்டே யோசனை பண்ணு. நீ ரொம்பவும் டயர்டா இருக்கே.''

கெளசிக் சொல்லிக்கொண்டே சோபாவினின்றும் எழுந்து

நடக்க ஆரம்பித்துவிட, சர்புதீன் மஹிமாவை நெருங்கினான்.

''இப்போ உனக்கு எல்லாமே தெளிவாய் புரிஞ்சிருக்கும்னு நினைக்கிறேன். ரொம்பவும் யோசிக்காம போய் ரெஸ்ட் எடு. ஏதாவது சாப்பிடுறியா?''

''வேண்டாம். நானே பாத்துக்கிறேன்.''

சர்புதீன் சிரித்தான்.

''பரவாயில்லையே... தைரியமாய் பேசுறே. கீப் இட் அப்'' சொல்லிக்கொண்டே அவளைத் தொட முயல மஹிமா, விநாடிக்கும் குறைவான நேரத்தில் தட்டிவிட்டு, மாடிப்படிகளை நோக்கி நடக்க ஆரம்பித்தாள்.

அறையின் கதவு தட்டப்படும் சத்தம் கேட்டுப் பாதி உறக்கத்தில் இருந்த சர்புதீன், கம்பளிப் போர்வையினின்றும் தன்னை உருவிக் கொண்டு எழுந்தான்.

'யார் கதவைத் தட்டுவது?'

சுவர் கடிகாரத்தைப் பார்த்தான்.

மணி 2.50.

வேகமாய்ப் போய்க் கதவைத் திறந்தான்.

வெளியே அப்சல் ஜாவித், ஹயாத், கெளசிக், நிஷா நான்கு பேரும் பதற்றமாய்த் தெரிந்தார்கள்.

ஹயாத் குரலைத் தாழ்த்தினான்.

''சர்புதீன்.''

''என்ன பிரச்சனை ஹயாத்?''

''மஹிமாவைக் காணோம்.''

சர்புதீனின் விழிகள் நிலைத்தன.

''என்ன சொல்றே?''

அப்சல் ஜாவித் இடையில் குறுக்கிட்டான். ''ஹயாத் இருபது நிமிஷத்துக்கு முன்னாடி மஹிமாவோட ரூமுக்குப் போயிருக்கான். கதவு திறந்திருக்கவே உள்ளே எட்டிப் பார்த்திருக்கான். ரூம்ல அவ இல்லை. டாய்லெட், பாத்ரூமிலும் இல்லை... இவ்வளவு பெரிய பங்களாவில் அவ எங்கே இருக்கான்னு தெரிஞ்சி க்கிறதுக்காக சி.சி.டி.வி.கேமரா யூனிட் ரூமுக்குள்ளே போய் மானிட்டர் பண்ணிப் பார்த்திருக்கான். ஏதோ ஒரு சக்தி வாய்ந்த ஜாமர் சி.சி.டி.வி. கேமரா ஒட்டுமொத்த யூனிட்டையும் முடமாக்கியிருக்கு.''

சர்புதீன் நிலைகுலைந்தான்.

''என்ன ஸார் சொல்றீங்க?''

''மஹிமாவை நாம சாதாரணமாய் எடை போட்டுட்டோம். அவ இந்த பங்களாவை விட்டு வெளியே போகலை. மூணுமாடிகள் கொண்ட இந்த பங்களாவுக்குள்ள ஏதோ ஒரு இடத்துல ஒளிஞ்சிட்டுருக்கணும். ஏன்னா எல்லாப் பக்கமும் கதவுகள் பூட்டியிருக்கு. வெளியே நாய்கள் சுத்திக்கிட்டிருக்கு. மஹிமா வெளியே போயிருந்தா, நாய்கள் கண்டிப்பா குரைச்சிருக்கும். பிரதான கேட்ல செண்ட்ரி இருக்கான். அது தவிர...''

அப்சல் ஜாவித் பேசிக்கொண்டிருக்கும்போதே இரண்டாவது மாடியில் அந்தச் சத்தம் கேட்டது.

✸ ✸ ✸

நிசப்தமான அந்த வேளையில் இரண்டாவது மாடியிலிருந்து எழுந்த அந்தச் சத்தத்தைக் கேட்டதும் அப்சல் ஜாவித், ஹயாத், கெளசிக், நிஷா, சர்புதீன் ஐந்து பேரும் பரஸ்பரம் உறைந்துபோன பயப் பார்வைகளைப் பரிமாறிக்கொண்டார்கள். குரல்கள் தாழ்ந்தன.

''மேலத்தான் எங்கேயா ஒளிஞ்சிட்டிருக்கா.''

''என்ன பண்ணலாம்?''

''இதுல யோசிக்க என்ன இருக்கு? மேல போய்ப் பார்த்துட வேண்டியதுதான்.'' ஹயாத் சொல்லிக்கொண்டே, தான் அணிந்திருந்த நைட் கவுனின் பக்கவாட்டுக்குள் கையை நுழைத்து சில்வர் நிறத்தில் பளபளத்த அந்த ரிவால்வரை எடுத்துக்கொண்டான். மாடிப்படிகளை நோக்கி நடக்க முயன்றனை சர்புதீன் தடுத்தான்.

''ஒரு நிமிஷம் ஹயாத்.''

''என்ன?''

''இந்த பங்களாவில் இருக்கிற எல்லாக் கதவுகளும் உட்பக்கமாய்ப் பூட்டப்பட்டு இருக்கு இல்லையா?''

''ஆமாம்.''

''மஹிமா தப்பிச்சு வெளியே போக வாய்ப்பே இல்லை?''

''ஒரு சதவீதம்கூட இல்லை.''

''எதுக்கும் பங்களாவின் வெளியே பிரதான கேட்டில் இருக்கும் செக்யூரிட்டிக்குத் தகவல் கொடுத்து அலர்ட்டாய் இருக்கும்படி சொல்லிடுறது உத்தமம். மஹிமா தப்பிச்சு வெளியே போயிட்டா பெரிய பிரச்சனையாயிடும்.''

''அதுவும் சரிதான்'' சொன்ன ஹயாத் செல்போனை எடுத்து செக்யூரிட்டியைத் தொடர்புகொண்டான். மறுமுனையில் ஒரே ஒருமுறை ரிங் போய் 'பீப்' என்ற சத்தத்துடன் தொடர்பு அறுந்துபோயிற்று. ஹயாத்தின் முகம் லேசாய் இருண்டது.

''என்ன ஹயாத்?''

''லைன் போகலை. கட் ஆகுது சர்புதீன்.''

''மறுபடியும் ஒருதடவை ட்ரை பண்ணு.''

ஹயாத் மீண்டும் செக்யூரிட்டியைத் தொடர்பு கொள்ள, அந்த விநாடி முடிவதற்குள் தொடர்பு அறுந்துபோயிற்று. அவனுடைய விழிகள் மிரட்சியோடு சர்புதீனை ஏறிட்டன.

''சர்புதீன்?''

''என்ன?''

''சி.சி.டி.வி. கேமராக்களை முடக்கியிருக்கிற அதே ஜாமர்தான் செல்போனையும் முடக்கியிருக்கு.''

''எப்படிச் சொல்றே?''

''இதோ பார்...என்னோட செல்போனின் டிஸ்ப்ளேயில் 'Something went wrong. Jammer may be fixed'ன்னு சிவப்பு எழுத்துக்களுடன் ஒரு வரி ஸ்க்ரோல் ஆகிட்டிருக்கு!''

பதற்றமடைந்த சர்புதீன் தன்னுடைய செல்போனை எடுத்து செக்யூரிட்டியைத் தொடர்பு கொள்ள முயல, அது ஒரு பீப் சத்தத்தை வெளியிட்டுவிட்டு மௌனம் சாதித்தது. அப்சல் ஜாவித், கௌசிக், நிஷா மூவரும் செல்போன்களை எடுத்து ஒருத்தரையொருத்தர் தொடர்புகொள்ள முயன்று முடியாமல், முகங்களில் ரத்த ஓட்டத்தை இழந்தார்கள்.

சர்புதீன் வெகுண்டான்.

''மஹிமாவை அண்டர்எஸ்டிமேட் பண்ணிட்டோம். அவ கொண்டுவந்த லக்கேஜை நாம ப்ராப்பராய் சோதனை போட்டு இருக்கணும். தனியாய் வந்து மாட்டிக்கிட்ட ஒரு பொண்ணால என்ன பண்ண முடியும்னு நாம நெனச்சது இமாயலத் தவறு.''

அப்சல் ஜாவித், சர்புதீனைக் கையமர்த்திவிட்டு சொன்னான்...

''இப்பவும் ஒண்ணும் கெட்டுப்போகலை. மஹிமா ஏதோ புத்திசாலித்தனமாய் காரியம் பண்றதாய் நினைச்சிட்டு தான் கொண்டுவந்த ஒரு ஹைடெக் கருவியால் செல்போன் தொடர்புகளையும், சிசி டிவி கேமிரா இயக்கங்களையும் 'ஜாம்' பண்ணிட்டு இங்கேயிருந்து தப்பிச்சுப்போக முயற்சி பண்ணியிருக்கா. அவளுக்கு இந்த பிரம்மாண்டமான பங்களா புதுசு. நமக்கெல்லாம் பழகிப்போன இடம். கொஞ்ச நேரத்துக்கு முன்னாடி ரெண்டாவது மாடியில் இருந்து சத்தம் கேட்டது. அந்த மாடியில் மொத்தம் ஏழு அறைகள். அதுல ஐந்து அறைகள் பூட்டப்பட்டு இருக்கு. மீதியிருக்கிற ரெண்டு அறைகளையும் சோதனை போட்டா அவளை மடக்கிலாம். பி அலெர்ட் வித் யுவர் பிஸ்டல்ஸ்.''

அடுத்த விநாடியே எல்லோருடைய வலது கைகளிலும் ஆறாவது விரலாய் பிஸ்டல் ஒன்று முளைத்து தன் உலோக

உடம்பைக் காட்டி மின்னியது.

ஐந்து பேரும் மாடிப்படிகளில் ஏறினார்கள். முதல் நபராய் சர்புதீன். கோபம் கொப்பளிக்கும் முகம்.

அப்சல் ஜாவித் அவனுடைய தோளைத் தொட்டான்.

''சர்புதீன்... மஹிமா நமக்கு உயிரோடு வேணும். உணர்ச்சிவசப்பட்டு சுட்டுடாதே. ஹயாத். உனக்கும்தான் சொல்றேன்.''

''அவளோட கையில் ஏதாவது ஒரு ஆயுதம் இருந்து அவ நம்மைத் தாக்க முயற்சி பண்ணினா?''

''சாமர்த்தியமாய் ஹேண்டில் பண்ணு. மஹிமா ஒரு சாதாரணப் பொண்ணு கிடையாது. அவ ஒரு விஞ்ஞான தேவதை. யாரும் அவளைச் சேதப்படுத்த வேண்டாம். ஒரு துளி ரத்தம்கூட மஹிமாவோட உடம்பிலேர்ந்து வெளியே வரக்கூடாது.''

பங்களாவின் எல்லாத் திசைகளிலும் வெளிச்சம் பரவியிருக்க, மாடிப்படிகளில் சத்தம் காட்டாமல் உயர்ந்து இரண்டாவது மாடியின் வராந்தாவுக்கு வந்தார்கள். பூட்டப்பட்டிருந்த அறைகளைச் சத்தம் இல்லாமல் கடந்து பூட்டாத முதல் அறைக்கு முன்பாய் நின்றார்கள்.

கதவு லேசாய்த் திறந்திருந்தது.

சர்புதீன் அந்தக் கதவை காலால் மெல்ல உதைக்க, அது சத்தம் இல்லாமல் பின்வாங்கியது.

உள்ளே இருட்டு சீராய்ப் பரவியிருந்தது.

சர்புதீன் அடிக்குரலில் கிசுகிசுத்தான். ''ஹயாத்... நீயும் நானும் மட்டும்தான் உள்ளே போறோம். அப்சல், கெளசிக், நிஷா மூணு பேரும் பக்கத்தில் இருக்கிற அறைக்குப் போய்ப் பார்க்கட்டும். ஒரே நேரத்துல ரெண்டு ரூம்லையும்

நுழைஞ்சாத்தான் மஹிமாவால தப்பிக்க முடியாது.''

''சரிதான். நாங்க மூணு பேரும் அடுத்த அறைக்குப் போறோம். அவ எது மாதிரியான தாக்குதலை நடத்தினாலும் சரி, ஆவேசப்பட்டுச் சுட்டுட வேண்டாம். அப்படிச் சுட்டுட்டா, இத்தனை நாளும் நாம பட்ட கஷ்டத்துக்குப் பலன் இல்லாமல் போயிடும்.''

அப்சல் சொல்லிக்கொண்டே கௌசிக், நிஷாவோடு பக்கத்தில் இருந்த அறையை நோக்கிப் போனான்.

சர்புதீனும் ஹயாத்தும் உச்சபட்ச எச்சரிக்கை உணர்வோடும் கைகளில் உயர்த்திப் பிடித்த பிஸ்டல்களோடும் அந்த அரை இருட்டான அறைக்குள் அடியெடுத்து வைத்தார்கள்.

சர்புதீன் இடதுபுறமாய் நகர்ந்து சுவரில் இருந்த சுவிட்சைத் தேய்த்தான். அறையில் வெளிச்சம் பற்றிக் கொண்டு அங்கே இருந்த எல்லாப் பொருட்களையும் துல்லியாய்க் காட்டியது.

உயர்தர சோபா, கட்டில், சுவரில் அப்பியிருந்த ஃபிலிம் ஸ்ட்ரிப் டிவி, ஃப்ரிட்ஜ் என்று எல்லாப் பொருள்களும் இருவரின் பார்வையில் பட்டு விலகிக் கொண்டிருக்கும்போதே, சட்டென்று மின்சாரம் கண்ணை மூட எல்லாப் பக்கமும் கறுப்பு நிற வார்னிஷ் பேப்பராய் இருட்டு.

சர்புதீன் படபடத்தான். ஹயாத்தின் தோளைப் பற்றிக் கொண்டான். ''ஹயாத்... என்னாச்சு... பவர் போக வாய்ப்பே இல்லையே...''

அவனும் அதிர்ந்துபோனவனாய் சர்புதீனின் கையைப் பிடித்துக்கொண்டான்.

''என்னான்னு தெரியலை. இப்ப பத்து செகண்ட்ல எமர்ஜென்சி சிஸ்டம் ஆன் ஆகிவிடும்.''

இருட்டில் இருவரும் அப்படியே நின்றிருந்தார்கள். விநாடிதான் இருட்டில் கரைந்துகொண்டிருந்தது.

சர்புதீனின் குரல் நடுங்கியது.

''ஹயாத். பவர் போய் ஒரு நிமிஷமாச்சு. எமர்ஜென்சி சிஸ்டம் பத்து செகண்ட்ல ஆன் ஆகியிருக்கணும். ஆகலை. ஏதோ தப்பு நடக்குது.''

''ரூமுக்கு வெளியே போயிடலாமா?''

''மொதல்ல செல்போனின் டார்ச்சை ஆன் பண்ணு.''

இருவரின் செல்போன்களும் வெளிச்ச சதுரங்களாய் மாற, இருட்டு தற்காலிகமாய் விலகியது. வெளியே வந்தார்கள். பக்கத்து அறையிலிருந்து அப்சல் ஓட்டமும் நடையுமாய் வருவது தெரிந்தது.

''சர்புதீன்... மஹிமா ஈஸ் ப்ளேயிங் அப்நார்மலி. கடந்த அஞ்சு வருஷ காலத்துல பவர் ஃபெய்லியர் ஆனதில்ல. அப்படியே ஆனாலும் பத்து விநாடிக்குள்ள எமர்ஜென்சி சிஸ்டத்தில் இருந்து மெயின் ஸ்ட்ரீமுக்கு வந்திடும். ஆனா வரலை.''

உடம்பில் சகலமும் வியர்த்துக் கொண்டு சுற்றும்முற்றும் பர்த்தான் சர்புதீன். மூச்சிரைக்கப் பேசினான்.

''இப்போ மஹிமா இந்த ரெண்டாவது மாடியில் இல்லை. வேற ஒரு இடத்திலிருந்து வாட்ச் பண்ணிட்டுருக்கா.''

''என்ன செய்யலாம்?''

''மஹிமா எப்படியும் இந்த பங்களாவை விட்டு வெளியே போக முடியாது. அப்படியே போனாலும் நாய்கள் குரைக்கிற சத்தம் கேட்கும். அவிழ்த்துவிடப்பட்டு சுதந்திரமா சுத்திக்கிட்டு இருக்கிற நாய்களிடமிருந்து அவளால தப்பிக்க முடியாது.

நாய்கள் குரைச்சாலே செக்யூரிட்டி எச்சரிக்கையாயிடுவான். அது தவிர..." என்று பேசிக் கொண்டிருந்த சர்புதீன் சட்டென்று பேச்சை நிறுத்தி அப்சலுக்குப் பின்புறமாய் நின்றிருந்த கௌசிக்கிடம் கேட்டான்.

"ஸார்... நிஷா எங்கே?"

கௌசிக் தனக்குப் பின்புறமாய்த் திரும்பிப் பார்த்துவிட்டு பதற்றமானார்.

"எனக்குப் பின்னாடிதான் வந்துட்டுருந்தாங்க."

"என்னது! வந்துட்டிருந்தாளா?"

"ஆமா... பவர் போனதும் நானும் அப்சலும் ஒரு நிமிஷம் உள்ளே இருந்துட்டு பவர் வராம போகவே வெளியே வந்தோம். எனக்குப் பின்னாடி அவ வந்தா."

"காணோமே...!" என்று தன்னை மறந்து கத்தின சர்புதீன் செல்போனின் டார்ச் வெளிச்சத்தை உயர்த்திப் பிடித்துக்கொண்டு பக்கத்து அறையை நோக்கிப் போனான்.

அப்சல், ஹயாத், கௌசிக் மூன்று பேரும் வியர்த்து வழியும் முகங்களோடு சர்புதீனைப் பின் தொடர்ந்தார்கள்.

இருட்டான அந்த அறைக்கு முன்பாய்ப் போய் நின்ற சர்புதீன் முதலில் செல்போனின் டார்ச் வெளிச்சத்தை உள்ளே அனுப்பினான்.

இருட்டு துடைக்கப்பட - நிஷா பார்வைக்குக் கிடைத்தாள்.

நிலைத்துப்போயிருந்த விழிகளோடு தரையில் மல்லாந்து விழுந்திருந்தாள்.

மார்பில் ரத்தக் குளம்.

✹　✹　✹

ரத்தச் சகதியில் மல்லாந்து விழுந்து உயிரை விட்டிருந்த நிஷாவைப் பார்த்து சர்புதீன், அப்சல், ஹயாத், கௌசிக் நான்கு பேரும் நிலைகுலைந்து போனவர்களாய், கிலி பரவிய முகங்களோடு ஒருவரையொருவர் பார்த்துக் கொண்டார்கள்.

சர்புதீன் மண்டியிட்டு உட்கார்ந்து நிஷாவின் உடலை மெல்ல அசைத்தான். மார்பில் தேங்கியிருந்த ரத்தம் ஒரு பக்கமாய் வழிந்தது.

ஹயாத் ஆவேசமானான். ''சர்புதீன்... அந்த மஹிமா இதே இடத்துலதான் இருக்கா. அவளை விடக் கூடாது. ஏதோ ஒரு இடத்திலிருந்து ஒளிஞ்சு நின்னுகிட்டு 'ஜீரோ நாய்ஸ்' பிஸ்டலால நிஷாவை சுட்டிருக்கா. நாம யாருங்கிறத அவளுக்குக் காட்டியாகணும். கனடாவில் இருக்கிற அவளோட வுட் பி சகாதேவை இந்த நிமிஷமே போட்டுத்தள்ளணும். அந்த சகாதேவை ஃபாலோ பண்ணிட்டு இருக்கிற நம்ம ஆள் ஜான் ஸ்மித்துக்கு போன் பண்ணி 'எஸ்'னு சொல்லு. அவன் நாயைச் சுடுற மாதிரி சுட்டுத் தள்ளட்டும்.''

சர்புதீன் உடனே தன் செல்போனை எடுத்து 'வாட்ஸ் அப்'புக்குப் போய் ஜான் ஸ்மித்தைத்

தொடர்பு கொள்ள முயன்றான். அடுத்த விநாடியே டிஸ்ப்ளேயில் சிவப்பு நிற எழுத்துக்கள் அரபு மொழியிலும் ஆங்கிலத்திலும் ஒரு வாக்கியமாய் மாறி மெதுவாய் ஊர்வலம் போயிற்று.

SOMETHING WENT WRONG

PLEASE TRY AGAIN

சர்புதீன் எரிச்சலாகி மறுபடியும் மறுபடியும் செல்போன் திரையைப் பதற்றமாய்த் தேய்த்தான். அப்சல் பயம் அடைத்துக்கொண்ட குரலில் கேட்டான்.

''என்ன... ஸ்மித் கிடைச்சானா?''

சர்புதீன் வியர்வை பூத்த முகமாய் நிமிர்ந்தான்.

''நெட்வொர்க் இல்லை. சிசிடிவி காமிராக்களை முடக்கியிருக்கிற அதே ஜாமர்தான் இந்த செல்போன் நெட்வொர்க்கையும் ஊமையாக்கியிருக்கு.''

ஹயாத், கெளசிக், அப்சல் மூவரும் தங்களுடைய செல்போன்களை எடுத்து ஜான் ஸ்மித்தைத் தொடர்புகொள்ள முயன்றார்கள். முடியாமல் போகவே பதற்றத்தின் விளிம்பில் தத்தளித்தவர்களாய்க் கலவரம் பரவிய பார்வைகளைப் பரிமாறிக்கொண்டார்கள்.

கெளசிக் திகில் கலந்த திக்கலான குரலில் பேசினார். ''மஹிமாவைக் குறைச்சு எடை போடாதீங்க, அவ சாதாரண பொண்ணு கிடையாதுன்னு நான் ஆரம்பத்திலிருந்தே உங்க மூணு பேர்கிட்டயும் அடிக்கடி சொல்லிட்டு வந்திருக்கேன். ஆனா, நீங்க அதை சீரியஸாய் எடுத்துக்கலை. இப்ப அவ இந்த இருட்டு பங்களாவுக்குள்ள ருத்ர தாண்டவம் ஆட ஆரம்பிச்சுட்டா. அவ இதே பங்களாவில் ஏதோ ஒரு இடத்தில் இருந்து நம்ம நாலு பேரையும் பார்த்துட்டு இருக்கா. ஆனா, நமக்கோ அவ எந்தத் திசையில் இருக்கான்னுகூடத்

தெரியாது.''

கெளசிக் சொல்லிக்கொண்டிருக்கும் போதே, கீழே முதல் மாடியில் ஒரு பொருள் கீழே விழுந்து உடையும் சத்தம்.

சர்புதீன் தன் கையில் இருந்த பிஸ்டலை உயர்த்திப் பிடித்துக்கொண்டு ஓட மற்றவர்கள் அதே வேகத்தோடு பின்தொடர்ந்தார்கள். ஓடிக்கொண்டே பேசினார்கள்.

''ஹயாத்.''

''சொல்லு சர்புதீன்.''

''மஹிமாவைப் பார்த்ததுமே சுட்டுடு. ஒரு செகண்ட் கூட லேட் பண்ணிடாதே.''

''இந்த பிஸ்டலில் இருக்கிற ஆறு தோட்டாக்களும் அவளுக்குத்தான். மொத்த உடம்பும் ரத்தப் பொத்தல்களாய் மாறணும்.''

''அப்சல், கெளசிக்... நீங்க ரெண்டு பேரும் எங்களுக்குப் பின்னாடியே வாங்க... எந்தப் பக்கமும் டைவர்ட் ஆக வேண்டாம். நாம நாலு பேரும் ஒரே இடத்துல இருந்தால்தான் மஹிமாவைச் சமாளிக்க முடியும்.''

செல்போன் டார்ச் வெளிச்சத்தோடு நான்கு பேரும் மாடிப்படிகளில் இறங்கி, முதல் மாடியின் வராந்தாவுக்கு வந்தார்கள். பூட்டப்பட்டு இருந்த சில அறைகளைக் கடந்ததும் ஒரே ஒரு அறையின் கதவு மட்டும் லேசாய் திறந்திருந்தது.

சர்புதீன் சற்றே நிதானித்தான்.

''ஹயாத்.''

''சொல்லு.''

''மஹிமா இந்த அறைக்குள்ளே இருக்க வாய்ப்பு அதிகம். உயிருக்குத் துணிந்துதான் உள்ளே போகணும்.''

அப்சல் குரல் கொடுத்தான்.

"வேண்டாம்... யாரும் உள்ளே போகவேண்டாம். அவ கையில் ஜீரோ நாய்ஸ் பிஸ்டல் இருக்கு."

"அதுக்குப் பயந்தா அவளை எப்படி மடக்க முடியும்?"

"இந்த அறையை வெளிப்பக்கமாய் லாக் பண்ணிடுவோம்."

"மஹிமா ஒருவேளை இந்த அறைக்குள்ளே இல்லாம இதே வராந்தாவில் வேற ஏதாவது ஒரு இடத்தில்..." சொல்லிக்கொண்டே போன சர்புதீன் சட்டென்று பேச்சை நிறுத்தினான்.

ஹயாத் கேட்டான்.

"என்ன பேச்சை நிறுத்திட்டே."

"கௌசிக் எங்கே?"

அப்சலும் ஹயாத்தும் திரும்பிப் பார்த்தார்கள். கௌசிக்கைக் காணவில்லை.

"எனக்குப் பின்னாடிதானே வந்துட்டிருந்தார்." அப்சல் அதிர்ச்சியோடு சொல்ல, சர்புதீன் அந்த அறையின் கதவை வெளிப்பக்கமாய்த் தாழிட்டுவிட்டு ஒரு கையில் உயர்த்திப் பிடித்த பிஸ்டலோடும் இன்னொரு கையில் செல்போனிலிருந்து பீறிட்ட டார்ச் வெளிச்சத்தோடும் வந்த வழியில் திரும்பி நடந்தான்.

இருபதடி தூரம் நடந்ததுமே அந்த விபரீதம் பார்வைக்குக் கிடைத்தது.

மாடிப்படிகள் முடியும் இடத்தில் கௌசிக் குப்புற விழுந்து கிடந்தார். ஹயாத் வேகமாய் போய் அவரைப் புரட்டினான்.

கௌசிக்கின் தலை, கழுத்து, மார்பு என்று

எல்லாப் பக்கங்களில் இருந்தும் ரத்தம் உடம்பை நனைத்துக்கொண்டிருந்தது. உயிர் உடலில் இல்லை என்பதற்கு அடையாளமாய் அவருடைய விழிகள் நிலை குத்திப்போயிருந்தன.

மூவரும் மிரண்டார்கள். அப்சலின் உடம்பு ஒரு மெல்லிய உதறலுக்கு உட்பட்டிருக்க, சர்புதீன் அவனுடைய கையைப் பற்றிக்கொண்டான்.

''அப்சல்... இனியும் இருட்டில் இந்த விளையாட்டு வேண்டாம். இந்த விளையாட்டைத் தொடர்ந்தா, நிச்சயமா நாம மூணு பேரும் உயிரோடு இருக்க மாட்டோம். மஹிமாவை நாம ஜெயிக்கணும்னா, ஒரே ஒரு வழிதான் இருக்கு.''

''எ... ன்... ன?''

''நாம மூணு பேரும் என்னோட ரூமுக்குப் போயிடலாம். ரூமை உட்பக்கமாய்த் தாழ் போட்டுகிட்டு விடிகிறவரை அங்கேயே இருப்போம். பொழுது விடிஞ்சுட்டா மஹிமாவை ஃபேஸ் பண்றது சுலபமாய் இருக்கும்.''

''ஹயாத்... நீ என்ன சொல்றே?''

''சர்புதீன் சொல்றதுதான் சரி.''

மூன்று பேரும் இருட்டில் நடந்தார்கள்.

சர்புதீனின் அறை.

அறை உட்பக்கமாய் தாழிடப்பட்டிருக்க, அகன்ற அந்தக் கட்டிலின் மேல் அப்சலும் ஹயாத்தும் மரணபீதி தடவிய முகங்களோடு உட்கார்ந்திருந்தார்கள். சர்புதீன் எதிரில் இருந்த சோபாவில் சாய்ந்தபடி எச்சரிக்கை உணர்வுடன் பிஸ்டலை வைத்துக்கொண்டிருந்தான்.

பங்களாவின் ஒட்டுமொத்த பகுதியும் கனத்த நிசப்தத்தில்

உறைந்துபோயிருந்தது.

''வெளியே எது மாதிரியான சத்தம் கேட்டாலும் சரி... பொழுது விடிகிற வரைக்கும் நாம் அதைப் பொருட்படுத்தக்கூடாது.'' என்று சொன்ன சர்புதீனைச் சிறிது கோபமாய்ப் பார்த்தான் அப்சல்.

''சர்புதீன்... ஒரு பெண்ணுக்குப் பயந்துபோய் அவளை எதிர்கொள்ள முடியாமல் இப்படி ஒரு ரூமுக்குள்ள வந்து ஒளிஞ்சிட்டு இருக்கிறது எனக்கு அவமானமாயிருக்கு.''

''எனக்கும்தான்'' என்றான் ஹயாத். ''இப்படி ஒளிஞ்சிட்டு இருக்கிறதை விட நிஷா, கெளசிக் மாதிரி செத்துடலாம் போலிருக்கு.''

''ஹயாத். இதுமாதிரியான நேரங்களில்தான் புத்தியை உபயோகிக்கணும்.''

''இதுதான் புத்தியை உபயோகிக்கிற லட்சணமா? அந்த மஹிமா விடியறதுக்குள்ளே தப்பிச்சுப் போயிட்டாள்னா?''

''அவ தப்பிச்சுப் போக மாட்டா. அப்படித் தப்பிக்கிற எண்ணம் இருந்தா எனக்குத் தெரியாம அது நடக்காது!''

அப்சலும் ஹயாத்தும் முகம் மாறினார்கள்.

''நீ என்ன சொல்றே சர்புதீன்?''

சர்புதீன் தன்னுடைய இதழ்களில் புன்முறுவல் ஒன்றை படரவிட்டான். ''மஹிமா எனக்குத் தெரியாம இந்த வீட்டை விட்டு வெளியேற முடியாதுன்னு சொல்றேன்.''

அப்சலின் முகம் சிவப்பேறியது.

''புரியும்படியா பேசு.''

சர்புதீனின் புன்னகை இப்போது ஒரு சின்னச் சிரிப்பாய் மாறியிருந்தது. குரலைத் தாழ்த்தி ஏதோ ரகசியம் பேசுகிற

தினுசில் ''மஹிமா இப்போ இந்த பங்களாவில் எந்த இடத்துல இருக்கான்னு எனக்குத் தெரியும்'' என்றான்.

''எ... எ... எங்கே... எங்கே?'' அப்சலும் ஹயாத்தும் பதற்றம் அடைந்தார்கள்.

''சொல்றேன். அதுக்கு முன்னாடி ஒரு விஷயம். நீங்க ரெண்டு பேரும் இப்ப உட்கார்ந்துட்டிருக்கிற இடத்தை விட்டு அசையக் கூடாது. அசைஞ்சா என்னோட கையில் இருக்கிற இந்த இன்விசிபிள் லேசர் பிஸ்டலுக்கு வேலை கொடுக்க வேண்டியிருக்கும்.'' சர்புதீன் சொல்லிக்கொண்டே தன் இடதுபக்க பேன்ட் பாக்கெட்டிலிருந்து பென் டார்ச் போன்ற டிவைஸ் ஒன்றை வெளியே எடுத்தான்.

✸ ✸ ✸

அப்சலும் ஹயாத்தும் ஸ்தம்பித்துப் போனவர்களாய் சர்புதீனையே பார்க்க, அவன் அதே கிசுகிசுப்பான குரலில் பேசினான்.

''ரெண்டு பேரும் வலது புறமாய்த் திரும்பி இந்த அறையோட மூலையில் இருக்கிற வார்ட்ரோப் கதவைப் பாருங்க!''

இருவரும் ஸ்லோமோஷனில் திகிலடித்த பார்வையோடு தலைகளைத் திருப்ப, அந்தப் பளபளப்பான வார்ட்ரோப் கதவைத் திறந்துகொண்டு மஹிமா வெளிப்பட்டாள். முகத்தில் எந்தவிதமான சலனத்தையும் காட்டாமல் மெல்ல நடந்துவந்து சர்புதீனுக்கு அருகே அமர்ந்தாள்.

அவளைப் பார்த்துப் புன்னகையோடு கேட்டான் சர்புதீன்.

''ஸாரி மஹிமா. வார்ட்ரோபுக்குள்ளே உங்களை ரொம்ப நேரம் நிக்க வெச்சுட்டேன்.''

மஹிமாவின் உதட்டிலும் ஒரு புன்முறுவல் பூத்தது.

''நோ பிராப்ளம். ஐயாம் ஆல்ரைட். ஏசி இல்லாமல் கொஞ்சம் சிரமமாய் இருந்தது.''

''இப்ப பவருக்கு உயிர் கொடுத்துடுவோம்.''

சொன்ன சர்புதீன் தன் கையில் கட்டியிருந்த மொபைல் செல்போன் வாட்ச்சைக் கழற்றி அதில் இருந்த ஒரு பட்டனை அழுத்த, அறையில் இருந்த எல்.இ.டி. விளக்குகள் உயிர்ப்பித்து அறையை வெளிச்சத்தில் நிரப்பின.

ஹயாத் கோபத்தோடு எழுந்தான்.

''சர்புதீன்... இங்கே என்ன நடக்குது?''

''எது நடக்கணுமோ அது நடந்துட்டு இருக்கு.''

''துரோகி'' என்று பெரிதாய்க் கத்திக்கொண்டே சர்புதீன் மேல் பாய முயன்ற விநாடி, சர்புதீனின் இடது கையில் இருந்த இன்விசிபிள் லேசர் பிஸ்டல் மைக்ரோ விநாடி நேரத்துக்குள் உயர்ந்து குறிபார்த்துவிட்டுத் தாழ்ந்தது.

ஹயாத் அப்படியே சத்தம் இல்லாமல் இரண்டாய் மடங்கி உட்கார்ந்து சிறிது சிறிதாய் மல்லாந்தான். தலையிலும் மார்பிலும் ரத்தப் பொத்தல்கள் உருவாகி பத்தே விநாடிகளில் உயிரை விட்டுவிட்டு ஒரே திசையை வெறித்துப் பார்த்தான்.

''அப்சல்...! மஹிமாவைத் தேடி நாம அஞ்சு பேரும் போனபோது நிஷாவும் கௌசிக்கும் எப்படி இறந்தாங்க என்கிற கேள்விக்கு இப்ப உனக்கு பதில் கிடைச்சிருக்கும். அது இந்த ஜ.வி.எல்.பி-யோட உபயந்தான். சைலன்ட், இன்விசிபிள், டெட்லி வெப்பன். இது நியூ மெக்சிகோவில் பிறந்து ஆறு மாசம் தான் ஆச்சு.''

அப்சல் சர்புதீனைப் பார்த்துக் கோபமாய்க் கத்தினான்.

''உனக்கு நான் என்ன குறை வெச்சேன்?'' அல்-அராஃபத் கம்பெனியில் ஒரு சாதாரண ரிஸர்ச் ஸ்காலராய் இருந்த உன்னை என்னோட ஒரு கம்பெனிக்கு சைலன்ட் பார்ட்னரா போட்டேன். உனக்கு எல்லா அதிகாரங்களும் கொடுத்து என்னோட தம்பி ஹயாத்தை விட ஒரு படி மேலே வெச்சிருந்தேன்.

ஆனா, நீ உன்னோட புத்திய காட்டிட்டே.''

''எஸ். யூ ஆர் கரக்ட் அப்சல். நான் என்னோட புத்திய காட்டிட்டேன். நீ நினைச்சுட்டு இருக்கிற மாதிரி நான் அல்-அராஃபத் கம்பெனியில் வேலை பார்க்கும் ரிஸர்ச் ஸ்காலர் கிடையாது. துபாய் இன்டலிஜென்ஸ் விங்கின் ஒரு அங்கமான ஹெட் ஹன்ட்டிங் ஏஜென்சியில் (HEAD HUNTING AGENCY) பணிபுரியும் ரெட் ஹேண்ட் ஆபீஸர். துபாய் போலீஸும் சட்டமும் உன்னுடைய கொட்டிக்கிடக்கும் பணத்துக்கு முன்னால் வாலை ஆட்டலாம். ஆனா, துபாயின் இன்னொரு முகமான துபாய் ஸ்பை ஏஜென்சீஸ் அப்படிக் கிடையாது. மற்ற நாடுகளில் இருக்கிற ஐடி கம்பெனிகளில் அரிதான ப்ராஜெக்ட்டுகள் உருவாகும்போது அதைக் கண்காணிச்சிட்டு, அந்த ப்ராஜெக்ட்டுகள் நிறைவான நிலையை அடையும் போது அந்தப் ப்ராஜெக்ட்டைத் தட்டிப்பறிக்கிற உன்னோட அறிவுத்திருட்டு வேலையை முதன்முதலில் கண்டுபிடிச்சது இந்த துபாய் ஸ்பை ஏஜென்சிதான். எத்தனையோ அரிதான ப்ராஜெக்டுகளைத் திருடிக் கோடிக்கணக்கில் பணம் சம்பாதித்த உன்னோட பார்வை மஹிமா உருவாக்கிய அரேபிய ரோஜா மீதும் பட்டது. அரேபிய ரோஜாவை அடையறதுக்காகக் காய்களை நகர்த்த ஆரம்பிச்சே; கெளசிக்கும் நிஷாவும் உனக்கு விசுவாசமாய் மாறினாங்க.''

அப்சல் வியர்த்த முகத்தோடு உன்னிப்பாய்க் கேட்டுக்கொண்டிருக்க, சர்புதீன் சிலவிநாடிகள் இடைவெளி விட்டுத் தொடர்ந்தான்.

''இதை மொதல்ல மோப்பம் பிடிச்சவர் துபாய் ஏஜென்சியில் ஹெட் சென்டராய் பணியாற்றும் தாஹீர் சையத். போலீஸும் சட்டமும் உனக்குச் சாதகமாய் இருந்தால் உன்னை மடக்கிப் பிடிக்க நாங்க ஒரு திட்டம் போட்டோம். இந்தத் திட்டத்தோட மூளையாய் இருந்து செயல்பட்டவர்

அல்-அராஃபத் கம்பெனியின் சீஃப் எக்சிகியூட்டிவ் டைரக்டர் ஷேக் மௌலானா. அவர்தான் என்னைத் தன்னுடைய கம்பெனியில் ஒரு ரிஸர்ச் ஸ்காலராய் நியமனம் பண்ணி வேவுபார்க்கும் பொறுப்பைக் கொடுத்தார். அரேபிய ரோஜா ப்ராஜெக்ட் சம்பந்தமாய் மஹிமாவோட பேச வாய்ப்புகளை ஏற்படுத்திக் கொடுத்தார். எனக்கு உதவியாய் இம்ராவும் களத்தில் இருந்தா. இந்த நிலைமையில்தான் நானும் ஷேக் மௌலானாவும் எதிர்பார்த்தபடி ஹயாத்தும் நீயும் எனக்குத் தூண்டில் போட்டீங்க. மஹிமாகிட்ட இருக்கிற அரேபிய ரோஜா ப்ராஜெக்ட்டின் தொழில்நுட்பம் உங்க கைக்கு வர என்கிட்டே பேரம் பேசுனீங்க. நாங்க எதிர்பார்த்ததும் இதைத்தானே? உனக்கும் உன்னோட தம்பி ஹயாத்துக்கும் நம்பிக்கை வர்ற மாதிரி நடிச்சேன். அந்த நடிப்புக்குக் கிடைச்ச வெற்றிதான் இந்த விநாடிகள்.''

அப்சல் கோபத்துடன் எழ முயன்றான். சர்புதீனின் கையில் இருந்த ஜவிஎல்பி பிஸ்டல் அவனைக் குறி பார்த்தது.

''வேண்டாம் அப்சல். நான் அராஃபத் கம்பெனியின் உண்மையான ஊழியன் கிடையாது. துபாய் இன்ஜ்டலிஜென்ஸின் ஹெட் ஹன்ட்டிங் பிரிவில் வேலை பார்க்கும் ரெட்ஹேண்ட் ஆஃபீஸர். என்னைத் தாக்க யார் முயற்சி பண்ணினாலும் அவங்களைச் சுட்டுத்தள்ள எனக்கு அதிகாரம் இருக்கு. உன்னோட தம்பியை நான் சுட்டதுக்குக் காரணம் அவன் என்னைத் தாக்க முயற்சி பண்ணினதுதான். நீ என்னைத் தாக்க முயற்சி பண்ணினாலும் அதே விநாடி உனக்கு மரணம்.''

அப்சல் அப்படியே தளர்ந்து போய் உட்கார்ந்திருக்க, அதுவரைக்கும் ஒன்றும் பேசாமல் அமைதிகாத்த மஹிமா சர்புதீனை ஏறிட்டாள்.

''மிஸ்டர் சர்புதீன்... நீங்க பண்ணின இந்த டைம்லி

ஹெல்ப்பை என்னோட வாழ்நாளில் என்னிக்குமே மறக்க முடியாது. இனிமேல் இந்த இடத்திலிருந்து தப்பிக்கவே முடியாதுன்னு நான் என்னோட நம்பிக்கையை எல்லாம் இழந்து கலங்கி நின்னபோது ஒரு ரட்சகன் மாதிரி வந்து என்னைக் காப்பாத்தியிருக்கீங்க. இருந்தாலும் என்னோட மனசுக்குள்ளே ஒரு நெருடல்.''

''என்ன?''

''அந்த இம்ராவையும் அவளோட தோழி ஹம்தாவையும் கொடூரமாகத் தாக்கி அவங்க உயிரிழப்புக்குக் காரணமாய் நீங்க இருந்திருக்க வேண்டாம்.''

சர்பூதீன், மஹிமாவை ஒரு புன்முறுவலோடு பார்த்தான்.

''ஒரு விஷயம் உங்களுக்குப் புரியலை மஹிமா. அந்த இம்ராவும் ஹம்தாவும் உண்மையிலே யாருன்னு உங்களுக்குத் தெரியுமா?''

''யாரு?''

''ரெண்டு களைகள்.''

''புரியலை.''

''We Hate Dubai அமைப்பைச் சேர்ந்த லேடி டெர்ரரிஸ்டுகள் தான் அந்த இம்ராவும் ஹம்தாவும். உண்மையில் அந்த ரெண்டு பேரின் மரணத்துக்கு நான் காரணமில்லை. இம்ராவை நான் மடக்கியபோது என்னைத் தாக்க முயற்சி பண்ணித் தாற்றபோது தன்னோட கழுத்தைத் தானே அறுத்துக்கிட்டு ஒரு சில விநாடிகளுக்குள் இறந்துட்டா. காரணம் அவ கையில் இருந்தது சயனைட் விஷம் தடவப்பட்ட பாய்சண்ட் ஸ்பைரல் நைஃப். அதே மாதிரி அப்சல் வீட்டுக்கு வேன் போயிட்டுயிருந்தப்போ ஹம்தாவும் பாய்ஸண்ட் நைஃப்ல என்னைத் தாக்க முயற்சி பண்ணினா. நான் அவளைத் தூக்கி எறிஞ்சேன். கீழே விழுந்தவள் இனி எழுந்து என்னைத்

தாக்க முடியாது என்கிற நிலைமையில் அவளும் கழுத்தை அறுத்துகிட்டு இறந்துட்டா. மிரண்டு போயிருந்த நீங்க அதையெல்லாம் கவனிக்கலை. வேனை ஓட்டிக்கிட்டு இருந்த டிரைவர் வஹாப், அப்சலின் ஆள். அவனுக்கு எந்தவிதமான சந்தேகமும் வந்துவிடக் கூடாதேன்னு நானே அவங்களைக் கொன்னுட்ட மாதிரி நடிக்க வேண்டியதாயிடுச்சு.''

''ஸாரி. நான் உங்களைத் தப்பா நினைச்சிட்டேன்.''

''நீங்க அப்படி தப்பா நினைச்சதுதான் என்னோட ப்ளஸ் பாயின்ட். பை தி பை நம்ம டிப்சைலன்ஸர் ஜாமரிலிருந்து இன்டர்நெட், செல்போன், இணைப்புக்கு விடுதலை கொடுத்துடலாமா?''

''ப்ளீஸ்... நான் மொதல்ல வீட்டுக்குப் பேசணும். அப்புறம் கனடாவில் இருக்கிற சகாதேவ் கிட்ட பேசணும்.''

''மொதல்ல வீட்டுக்குப் போன் பண்ணி அப்பாவோட ஹெல்த் கண்டிஷன் எப்படியிருக்குன்னு கேளுங்க. அப்புறம் உங்க உட் பி சகாதேவ்கிட்ட பேசுங்க. இப்படி நான் சொல்றதுக்குக் காரணம் இருக்கு.''

''என்ன காரணம்?''

''கனடாவில் சகாதேவை ஃபாலோ பண்ணிட்டுருக்கிற ஜான் ஸ்மித் ஒரு ப்ரொபஷனல் கில்லர் கிடையாது.''

''தென்?''

''என்னோட ஃப்ரெண்ட் 'ப்ளூ க்ரிஸ்டல் டெக்' கம்பெனியில் கார்ப்பரேட் எக்சிகியூடிவ் ஆபீஸர்.''

''வாவ்!'' என்று தன்னையும் அறியாமல் கத்திய மஹிமா தனது வலது உள்ளங்கையில் உதடுகளைப் பதித்து காற்றுக்கு ஒரு முத்தத்தைத் தாரை வார்த்தாள்.

✴ ✴ ✴

www.ingramcontent.com/pod-product-compliance
Lightning Source LLC
Chambersburg PA
CBHW051226130726
47988CB00001B/231